सुरांची वाट

दिलीपराज प्रकाशनाची सर्व पुस्तके आता आपण Online खरेदी करू शकता. आमच्या website ला कृपया अवश्य भेट द्या.
www.diliprajprakashan.in

सुरांची वाट

(कादंबरी)

ग. वा. बेहेरे

दिलीपराज प्रकाशन प्रा. लि.

२५१ क, शनिवार पेठ, पुणे - ४११ ०३०.

सुरांची वाट / Suranchi Vat

प्रकाशक
राजीव दत्तात्रय बर्वे,
मॅनेजिंग डायरेक्टर,
दिलीपराज प्रकाशन प्रा. लि.,
२५१ क, शनिवार पेठ, पुणे - ४११ ०३०

प्रकाशन दिनांक - १५ सप्टेंबर २०१३

प्रकाशन क्रमांक - २०५२

ISBN : 978 - 81 - 7294 - 970 - 9

मुद्रक
Repro India Ltd, Mumbai.

टाइपसेटिंग
मधुराज प्रिंटर्स ॲण्ड पब्लिकेशन्स प्रा. लि.
स. नं. २९/८-९, पारी कंपनीजवळ,
धायरी, पुणे - ४११ ०४१

मुद्रितशोधन - मिलिंद बोरकर, पुणे

मुखपृष्ठ - सुहास चांडक

आतील सजावट - रेषविश्व ॲड, सागर नेने

ही कादंबरी चित्रपटासाठी संगीतप्रधान कथा
एकाने मागितली म्हणून लिहिली गेली.
परंतु तो चित्रपट निघाला नाही.

असे पुष्कळदा होते.

संगीतप्रधान कथा लिहिण्याची प्रेरणा मला
मिळाली त्याचे कारण म्हणजे तो निर्माता.
निर्मात्याला सांगता सांगता ही कथा बनत गेली.

चित्रपटाला संगीत देण्यात हयात गेली असे
दोन संगीतकार आयुष्यात माझे मित्र झाले.
सी. रामचंद्र आणि सुधीर फडके.
सी. रामचंद्रांच्या 'घरकुल' चित्रपटाची गोष्ट
माझ्या 'अंकूर' या कादंबरीवरून घेतली आहे.

सुधीर फडक्यांच्या पुण्याच्या घरात तर 'सोबत'चे
कार्यालय आहे. संगीताबरोबर सुधीर फडक्यांची व माझी
पुष्कळशी राजकीय मते जुळतात (आणि वादही
होतात) त्या...
'सुधीर फडक्यां'ना ही कादंबरी अर्पण

— ग. वा. बेहेरे

१

दुर्गा संगीत नाटक मंडळीच्या 'संशयकल्लोळ' नाटकाचा प्रयोग. 'लग्नविधीतील मर्म' हे गाणे चालू आहे. फाल्गुनरावाचे काम करणारा कंपनीचा मालक विंगमध्ये बसून रेवतीकडे आणि पलीकडच्या विंगमध्ये असणाऱ्या अश्विनशेठचे काम करणाऱ्या– भास्कर कर्वेकडे संशयास्पद नजरेने पाहत आहे. रेवती अश्विनशेठकडे ज्या वेगळ्या नजरेने पाहत आहे, त्याचा त्याला राग आलेला आहे. फाल्गुनरावाचे काम करणारे बंडोपंत सुभेदार हे कंपनीचे मालक आहेत आणि रेवतीचे काम करणारी सुलोचना हे त्यांचे पात्र आहे, ही गोष्ट सर्वांना माहीत आहे. कंपनीत नव्यानेच अश्विनशेठचे काम करणारा भास्कर कर्वे हा तरुण, देखणा नट, नाटकात जरी नायक असला तरी प्रत्यक्षात बंडोपंतांना खलनायक वाटतो. रेवती आणि अश्विनशेठ यांचे प्रवेश अधिक रंगतात, याचाही त्यांना दुस्वास वाटतो. अंक संपल्यानंतर ग्रीनरूममध्ये बंडोपंतांनी भास्करला त्याच्या वागणुकीबद्दल थोडी समज दिली. आपली काही चूक नाही– बाईच लगट करतात, असे सांगण्याचा त्याचा प्रयत्न होता. पण खरोखरीच फाल्गुनरावांच्या म्हणजे बंडोपंतांच्या डोक्यात संशयाचे बीज पुरते गेलेले आहे. तेवढ्यात सेंटचा फवारा घेऊन सुलोचनाबाई पुरुषांच्या ग्रीनरूममध्ये येतात. बंडोपंत सुलोचनाबाईंच्या मुठीत असल्यामुळे त्या येताक्षणीच ते आपला पवित्रा बदलतात. सुलोचनाबाई आपल्या अंगावर सेंटचा फवारा उडवून घेतात आणि अश्विनशेठवरही तो उडवतात. भास्कर थोडा अगतिक झालेला आहे; पण आपण काही करू शकत नाही हे त्याच्या वागण्यातून जाणवलेले आहे. बंडोपंत लघळपणाने सुलोचनाबाईंच्या जवळ जातात आणि म्हणतात,

“आम्हालासुद्धा सेंट आवडतो, बरं का!”

“न आवडायला काय झालंय?”

“मग आमच्या अंगावरही चार शिंतोडे उडवा की!”

“कशाला? तुम्ही काय माझ्याजवळ येताय? अश्विनशेठबरोबर मला सीन करायचे आहेत. सेंट लावला म्हणजे बरं वाटतं काम करताना.”

“आम्हालासुद्धा सेंट लावला की बरं वाटतं.”

“न वाटायला काय झालं आहे? पण उपयोग काय आहे? काम करताना रंगावं लागतं, हे तुम्हाला समजतंय कुठं!”

“काम करतानाच रंगा! काम संपल्यावर लघळपणा नको.”

बाई हसल्या. त्यांचे ते छद्मी हास्य भास्करलाही अडचणीत टाकणारे आणि बंडोपंतांना तर क्लेशदायक होते. त्या म्हणाल्या,

“मत्सर वाटायला लागला काय?”

“मत्सर? आणि या पोराचा? रंगभूमीवर माझी सारी हयात गेली.”

“मत्सर, नाटकातील कामाचा नव्हे हो!”

“मग कशाचा?”

“ओळखा काय ते? तुम्ही काय आता नायकाची कामं करू शकत नाही. फाल्गुनराव, धुंडीराज असलीच कामं तुम्हाला करावी लागणार.”

“मग तुझं म्हणणं तरी काय आहे?”

पुन्हा एकदा सुलोचनाबाई हसल्या आणि म्हणाल्या,

“चाललं आहे ते गप्प बसून पहावं.”

“सुलोचना, तू कृतघ्न झालीस? माझा अपमान करण्याची तुला हिम्मत आली?”

“अपमान कसला त्यात? माझा तुम्हाला उपयोग आहे म्हणून तुम्ही मला सांभाळून ठेवण्याचा प्रयत्न करता. तुम्हाला माझं वागणं पसंत नसेल, तर माझी मी मुखत्यार आहे.”

“इतकी हिंमत?”

“हिमतीचा काय प्रश्न आहे, मालक? मला काय, कुठल्याही कंपनीत कोणीही ठेवून घेईल. तुमचं मात्र तुम्ही बघा.”

या साऱ्या संभाषणात भास्करला काहीच भाग घेता येत नव्हता. चोरट्यासारखा तो मेकअप बदलण्याचा प्रयत्न करीत होता. तेवढ्यात तिसरी घंटा झाली आणि रंगपटातील नाटक संपुष्टात आले. बंडोपंतांना घाईगर्दीने जावे लागले. मोठ्या

अजिजीने सुलोचनाबाईंजवळ जाऊन भास्कर म्हणाला,

"बाई, तुम्हाला मी किती सांगतो, पण तुम्ही ऐकतच नाही."

"गप रे, तुला काय कळतंय? त्या म्हाताऱ्याला कशाला घाबरतोस? मला सोडून तो काय करणार आहे? आणि माझ्या इच्छेविरुद्ध तुला तरी तो काय करणार आहे?"

"तुमचं ठीक आहे बाई. तुम्ही कोठेही गेलात तरी तुमच्यापुढे काही अडचणी नाहीत. या कंपनीत कधी नव्हे ते हिरोचे रोल्स मला मिळत आहेत. थोडं नाव व्हायला लागलंय. ही कंपनी सुटली तर मला कोण विचारणार आहे?"

"अरे, या कंपनीत तरी ते पार्ट तुला कोणामुळे मिळाले?"

"बाई, तरी पण!"

"पणबीण काही नाही."

ग्रीनरूममध्ये कोणीतरी आपला मेकअप बदलत होते. एखाद्-दुसरा नोकर ये जा करीत होता. पण बाईंना त्याचे काही वाटले नाही. बाई चटकन पुढे झाल्या आणि त्या सर्वांसमक्ष त्यांनी इतक्या घाईगर्दीने भास्करचा मुका घेतला, की भास्कर लाजून अंग चोरून वरमला. आजपर्यंत चोरून-मारून त्याच्या आणि बाईंच्या गाठीभेटी झाल्या होत्या, नाही असे नाही; पण इतक्यांच्या समक्ष यजमान नाटकात काम करीत असताना बाईंनी आपली वासना सार्वत्रिक करावी, यामुळे तो शरमिंदा झाला. बाईंच्या अंगावरून येणाऱ्या सुगंधाच्या घमघमाटापेक्षाही त्यांची मदनज्वाला त्याला जाळून गेली. बाई नाराज झाल्या, तर कंपनीतील आपले स्थान डळमळीत होईल, हे त्याला ठाऊक होते. पण त्यांना संतुष्ट ठेवायचे म्हणजे असे उघड्यावर नागडे व्हायचे की काय? कोणाच्या तरी वासनेचे खेळणे व्हावे यापेक्षा अधिक शरमेची ती गोष्ट कोणती? त्यापेक्षा नाटकात मिळणारी ती संधी नको आणि आपल्या आयुष्याचे खेळणेही व्हायला नको, असे त्याच्या मनात येऊन गेले.

२

त्या दिवशीचे नाटक कसेबसे पार पडले; पण वातावरण धुमसत राहिले. बाईंनी ताळतंत्र सोडलाच होता. बंडोपंतांचे वय झाले होते, हे खरे होते, पण तरी नाट्यक्षेत्रात त्यांनी हयात घालवली होती. त्यांना या क्षेत्रात नावलौकिक होता. वेगवेगळ्या प्रकारच्या भूमिका ते समर्थतेने करीत. सुधारकराच्या भूमिकेत तर केवळ शब्दाघातांनी ते सारे थिएटर अजूनही आपल्या ताब्यात ठेवीत. त्यांचा

आवाज आता पूर्वीइतका चांगला राहिला नव्हता. तेव्हा गायक नटाच्या भूमिका करणे त्यांना दुरापास्त होते. सुलोचनेला त्यांनीच नाट्यसृष्टीत आणले. एरवी माडीवर येणाऱ्या प्रत्येक पुरुषाची शेज सजवण्याची तिच्यावर पाळी आली असती. ती सुंदर होती आणि प्रौढ झाली तरीही तारुण्याचा नखरा करून प्रेक्षकांना संतुष्ट करीत होती. कंपनीचा तो एक हुकमी एक्का होता, म्हणून तिला बंडोपंत जिवापाड जपत असत. तिचे भास्करबरोबर चोरटे संबंध राहिले असते, तर कदाचित आगतिक झालेल्या बंडोपंतांनी तिकडे दुर्लक्षसुद्धा केले असते. पण स्त्रीपुरुष संबंधात मालकी हक्कालाही फार महत्त्व असते. बंडोपंतांचे स्वामित्व तिला नको होते आणि भास्करबरोबरची सलगी हे बंडोपंतांची मालकी नाकारण्याचे एक साधन होते. तिला भास्करऐवजी दुसरा कोणी असता, तरीही चालला असता. अर्थात भास्कर तिला आवडला होता; नाही असे नाही. भास्कर तरुण होता, दिसायला देखणा होता, आणि गायक म्हणून त्याचे नाव आता लोकांना माहीत झाले होते.

भास्करला मात्र हा साराच व्यवहार अनाकलनीय होता.

माणगावसारख्या एका तालुक्याच्या गावात त्याचे लहानपण गेले. शिक्षण बेताचे पण घरात गायकीची परंपरा होती. त्याचे वडील अनंतबुवा माणगावकर कीर्तनकारबुवा म्हणून विख्यात होते. माणगावात नरसिंहाचे एक फार पुरातन जागृत देवस्थान होते, आणि त्या मंदिरात अखेरचे दिवस घालवण्यासाठी सुविख्यात गायक कान्हेरेबुवा येऊन राहिलेले होते. त्यांचा आवाज अचानक गेल्यामुळे देवाची उपासना करीत ते आपले म्हातारपण कंठीत होते. पण भास्करला त्यांचा अचानक लाभ मात्र झाला.

अखंड बारा वर्षे भास्कर त्यांच्याकडे शिकत होता. गाण्याच्या साऱ्या खुब्या आणि तऱ्हा त्याने शिकून घेतल्या. गावातल्या नाटकात तो कामे करायचा. जवळच्या गावात आलेल्या नाटक कंपनीचे प्रयोग पाहायचा आणि विलक्षण ग्रहणशक्तीने तमाशातल्या सोंगाड्यापासून, गाणारणीपासून ते श्रेष्ठ गायकांपर्यंत सर्वांच्या नकला करायचा. थकलेल्या वडिलांबरोबर तो अधूनमधून कीर्तनालाही उभा रहायचा. पण एक दिवस त्याच्या वडिलांचा देहान्त झाला आणि तो उघडा पडला. घरची स्थितीही यथातथाच होती. चरितार्थाचे तसे कोणतेच साधन नव्हते. वास्तविक त्याला कीर्तने करता आली असती; परंतु त्याला तशी हिंमत नव्हती. कुठे मिळाली तर एखादी गाण्याची शिकवणी कर, जवळपासच्या नाटकात मिळेल ती भूमिका कर, शाळेतल्या स्नेहसंमेलनात नाटके बसवून घे,

असली पडतील ती कामे तो करावयाचा; पण ते काही चरितार्थाचे साधन होण्यासारखे नव्हते. एकच बरे होते, की वृद्ध आईशिवाय त्याच्यावर कोणीही अवलंबून नव्हते. वडिलांची कीर्ती त्याच्या थोडीफार उपयोगी पडे; नाही असे नाही. नवरात्रात, गणपती उत्सवात कोणी त्याला गाण्यासाठी बोलवी. पण त्यात प्राप्ती ती काय होणार? एकच बरे होते की कान्हेरेबुवांजवळ गेले की दारिद्र्याचा विसर पडे. कान्हेरेबुवांजवळ चिजांचा अफाट भरणा होता. त्यांनी कितीतरी नवीन रागही बांधले होते, नवीन चिजा ही बांधल्या होत्या.

कधीकधी संगीत नाटक मंडळ्यांचे मालक किंवा गाण्याचे अभ्यासू मुद्दाम आडवाट करून माणगावात येत. कान्हेरेबुवांकडून चाली घेत, महिना दोन महिने रियाज करीत आणि हे सारे प्रतिदिनी पाहत असताना भास्करला सुरांचे अन्वयार्थ समजू लागले. समेची जागा बदलली की चाल वेगळी लागते आणि एकदम नवीन रचनाच तयार होते, हे त्याच्या लक्षात आले. एखादा वर्ज्य स्वर अस्पष्टपणे आणण्याचा प्रयत्न केला, तरी रागाची धारणा बदलते. स्वररचनेत किंचित बदल केला, तरी काहीतरी नवीन झाल्याचे कळते. स्वरांना किंवा स्वरसमूहांना माणसासारखेच व्यक्तिमत्त्व असते, हे लक्षात आल्याबरोबर नवीन चाली देण्याच्या कामात तो गुरुजींना मदत करू लागला. रेडिओ किंवा ग्रामोफोनच्या तबकड्या ऐकल्या, की आपणही अशा चाली देऊ शकू, असा आत्मविश्वास त्याला वाटू लागला. गाण्याचा आनंद लुटताना दारिद्र्य विसरता येत होते. पण हे असे किती दिवस चालायचे? आपले कलागुण या गावात कुजून जाणार, हे सांगायला ज्योतिषाची गरज नव्हती.

पण एक दिवस अचानक 'दुर्गा' नाटक कंपनीचे मालक बंडोपंत सुभेदार माणगावात कान्हेरेबुवांना भेटण्यासाठी आले. ते एक नवीन संगीत नाटक काढत होते आणि बुवांनी त्यांना चाली द्याव्या, अशी त्यांची इच्छा होती. नरसिंहाच्या देवळात बंडोपंतांनी त्या दिवशी भास्करचे गाणे प्रथम ऐकले. इतका चांगला गायक या गावात फुकट चाललाय हे लक्षात येताच, हा मुलगा नाटकात काम करील का, असे त्यांनी कान्हेरेबुवांना विचारले. कान्हेरेबुवांनी त्या प्रस्तावाला नुसती संमतीच दिली असे नव्हे, तर नव्या नाटकाला तो चालीही देऊ शकेल, असे बंडोपंतांना सांगितले आणि मग कान्हेरेबुवांची आणि आईची संमती घेऊन भास्कर कंपनीत दाखल झाला.

नवीन संगीत नाटक काही यशस्वी झाले नाही. संगीत नाटकांना तसे दिवसही चांगले नव्हते. तसे खरे म्हणजे एकंदर नाटकांनाच दिवस चांगले

नव्हते. पण एकदा रंग लावून फूट लाईटच्या समोर वावरण्याची सवय झालेल्या माणसांना दुसरे काय करता येणार? त्या हलाखीच्या दिवसातही 'हॅम्लेट', 'तुकाराम' ह्यांसारखी नाटके काढून दुर्गा नाटक मंडळीचे मालक बंडोपंतांनी नाट्यसंसार जिवंत ठेवला होता. मुंबई, पुणे, नागपूर यांसारखी शहरे सोडून बंडोपंत आडगावात मुक्काम करीत व गंधर्व, दीनानाथ, पेंढारकर यांसारख्या कलावंतांनी लोकप्रिय केलेल्या नाटकाच्या सस्त्या आवृत्त्या काढीत. तेव्हा तृप्त झालेले आंबटशौकी प्रौढ प्रेक्षक ही नाटके बघायला येत. आपले तरुणपणाचे सुखाचे दिवस त्यांना आठवत. बंडोपंतांचे तसे बरे चालले होते. पुष्कळ कंपन्या बंद झाल्यामुळे रिकामटेकडे झालेले नट कधी करारावर, कधी पगारावर तर कधी अन्नावारी बंडोपंतांकडे हजेरी लावायचे. बंडोपंत हरहुन्नरी होते आणि त्यांना व्यवहारज्ञानही होते. प्रत्येक गावात काही आंबटशौकी असतात आणि मोठेपणा दिला की ते पाघळतात. अशा माणसांचा लोभ संपादन करून रंगभूमीच्या पडत्या काळातही बंडोपंतांनी कंपनीचा गाडा रेटून नेला होता.

एक दिवस अचानक त्यांना सुलोचनेचा शोध लागला. आणि मग कंपनीला पुन्हा बरे दिवस आले. सुलोचना देखणी होती. तिचा आवाज कामापुरता ठीक होता. पण तिच्याजवळ विलक्षण नखरा होता आणि हा नखरा जरी प्रतिष्ठित समाजाला पसंत पडत नसला तरी उच्छृंखल आणि तरुण प्रेक्षकांना आवडत होता. सुलोचना आणि स्वत: बंडोपंत यांना अनुरूप अशी जुनी संगीत नाटके बंडोपंतांनी काढली होती. जुने गायक नट त्यांनी भारी नाईट देऊन स्टेजवर आणण्याचा प्रघात चालू ठेवला. ह्याच काळात कंपनीत भास्कर दाखल झाला. लहानमोठी कामे करत करत तो कंपनीची बहुतेक खाती हाताळू लागला आणि एक दिवस आयत्या वेळेला अश्विनशेठचे काम करणारा नट येऊ न शकल्यामुळे ते काम करण्याची संधी भास्करला मिळाली.

३

भास्करचे आणि सुलोचनाचे संबंध बंडोपंतांना माहीत होते. सुलोचनेसारखी धंदेवाईक गणिका हे असले चाळे करणार, इकडेही दुर्लक्ष करणे त्यांनी पसंत केले असते; पण हा सारा मामला चोरून घडावा, उघडउघडपणे एका तरुण नटाला नादी लावून आज ना उद्या कंपनी मोडण्याचे काम सुलोचनाबाई करीत आहेत, असा बंडोपंतांना संशय आला आणि मग बंडोपंतांचा राग उफाळून येणे स्वाभाविक होते. बंडोपंतांनी ही नाटकी दुनिया गेली चाळीस-पन्नास वर्षे अगदी

जवळून पाहिली होती. आपले दिवस आता संपत आलेले आहेत; हेही त्यांना कळत होते. भास्करसारख्या तरुण मुलाला हाताशी धरून अजूनही चालवता आली, तर कंपनी त्यांना चालवायची होती. पण कंपनी सुरळीतपणे चालवायची असली, तरी सुलोचना आणि भास्करसारख्या नव्या नटांनी कंपनीच्या मालकालाच अपमानास्पद वागवणे त्यांना परवडणारे नव्हते. कारण अशा तऱ्हेने जवळीक साधणारे नट कंपनी फोडतात, हा त्यांना जुना अनुभव होता. आपापल्या परीने त्यांनी सुलोचनेला आणि भास्करला समजावूनही सांगितले. भास्कर तर नव्या यशामुळे आणि बाईच्या मांसल मिठीमुळे खुळाच झाला होता आणि बाईही बंडोपंतांच्या जराजर्जर देहाला कंटाळली होती. ह्या दोघांचे प्रेमप्रकरण थांबण्याचे लक्षण दिसेना, तेव्हा नाटकात हयात घालविलेल्या बंडोपंतांनी एक जालीम उपाय योजला आणि एक दिवस भास्करचा आवाज अजिबात काम करेनासा झाला. भास्कर आपल्या दैवाला दोष देत होता. पण बाईंना माहीत होते, की हे कुटील कारस्थान बंडोपंतांचेच असले पाहिजे. त्या दिवशी कंपनीत मोठाच झगडा झाला आणि बाई भास्करला घेऊन कंपनी सोडून बाहेर पडल्या.

आवाज नाही म्हणजे भास्करला पंखच कापल्याप्रमाणे झाले. बाईंनी त्याच्यावर खूप उपचार करून पाहिले; पण त्याचा उपयोग झाला नाही. तो नाटकात काम करू शकत होता, पण संगीत नाटकातील भूमिका करणे त्याला शक्यच नव्हते. पण बाईंचे मन त्याच्यात अडकले होते. हे तरुण खेळणे त्यांच्याही उतरत्या स्त्रीत्वाला आव्हान होते. दुर्गा नाटक कंपनीत झालेली फाटाफूट पुष्कळांना कळलीच होती. बाईंच्या लोभासाठी नवी कंपनी स्थापन करण्यासाठी पैसा द्यायला काही आंबटशौकी तयार होते. कंपनी निघाली आणि मग 'मृच्छकटिक', 'संशयकल्लोळ' सारखे खेळही करू लागली. बाईंच्या रूपावर आणि नखऱ्यावर थोडेसे उत्पन्न होई; नाही असे नाही. पण चांगल्या जोडीदाराच्या अभावाने नाटके तशी रंगत नव्हती. इंदूरच्या मुक्कामात कंपनीच्या पडद्यावर आणि सामानावर टाच आली. तिथले एक धनिक जहागीरदार राजेशिर्के यांनी पैसे भरून ती टाच थांबवली. त्या निमित्ताने त्यांचा आणि बाईंचा चांगला घरोबा झाला आणि त्याचा परिणाम इतकाच झाला, की गावोगाव भटकंती करण्याचा हा नाटकी धंदा बंद करून बाईंनी त्यांच्या आश्रयाला राह्यचे ठरवले.

नाटक कंपनीतील नटांची पांगापांग झाली. रंग कायमचे पुसले गेले. फूटलाईट्स कायमचे विझवले गेले. तरीसुद्धा भास्कर बाईंबरोबर आश्रितासारखा राहत होताच. बाई त्याला म्हणाल्या, "तू माझ्याबरोबर राहिलास तरी राजेसाहेबांची

काही हरकत नाही. नाहीतरी राजेसाहेब काही अष्टौप्रहर माझ्याजवळ राहणार नाहीत. केव्हातरी सटीसामासी ते केवळ चार घटका करमणुकीसाठी येणार. तू तरी दुसरीकडे जाऊन करणार काय?'' अगतिक झालेला भास्कर त्या बापुडवाण्या परिस्थितीत तसाच दिवस ढकलत होता.

पण एक दिवस बाईंचा आश्रयही सुटला. किंबहुना भास्करला तो सोडावा लागला. एकदा रात्री राजेसाहेब आले असताना मद्याची पार्टी रंगात आली होती. राजेसाहेबांनी हुकूम केला, की संशयकल्लोळमधला 'कर हा करी'चा प्रवेश करून दाखवा. पण फरक इतकाच की रेवतीचे काम भास्करने करायचे आणि अश्विनशेठचे काम सुलोचनाबाईंनी करायचे. बाई उल्लूच होत्या. त्यांना मजा वाटली. भास्करने स्त्रीपार्ट केले नव्हते असे नाही. केले होते, पण ते फार पूर्वी. उमेदवारीच्या काळात. तरीही नाखुषीने तो तयार झाला. नाटकाचा प्रवेश सुरू झाला, पण त्या नाटकापेक्षा दुसरेच नाटक घडायला लागले. स्त्रीवेशात असलेल्या भास्करशीच राजेसाहेब लगट करू लागले. ते म्हणाले, "हे पोर बघ कसं मारू दिसतंय. बाई, तुम्ही आता म्हाताऱ्या झालात. आपल्याला ही नवी रेवती चालेल.'' त्यांच्या या किळसवाण्या शब्दांनी आणि आविर्भावांनी भास्कर संतापला आणि तेथून तो जो निघाला तो माणगावला परत आला.

४

आता परतलेला भास्कर पंख आणि पिसे गळून गेलेल्या पक्ष्याप्रमाणे कळाहीन दिसत होता. नाटक तर संपलेच; पण ज्या गाण्याच्या जोरावर आपण नाटककंपनीत गेलो ते गाणेही संपुष्टात आले, याचा त्याला खेद झाला. आता पुन्हा या कुग्रामात खालच्या मानेने दिवस काढावे लागणार, यामुळे तो खंतावला. त्याच्या आईला यातले काहीच माहीत नव्हते. मुलगा घरी परतला आणि आता आपल्याजवळ राहणार, एवढ्यावरच त्या खूष होत्या. त्याने एखादे चहाचे हॉटेल काढावे, नाही तर स्टेशनरी, किराणाचे दुकान काढावे, असे ती सुचवायला लागली. नाटकी जगाचे रंग पाहून आलेला भास्कर हे असले मिळमिळीत आयुष्य कसे सहन करणार? हे कसे शक्य होते? पोराचे लग्न केले तर कदाचित तो मार्गी लागेल आणि त्याची उद्विग्नता तरी संपेल म्हणून आई प्रयत्नशील झाली. मधल्या आळीत राहणाऱ्या जोशी भटाची एक मुलगी लग्नाशिवाय बरेच दिवस राहिली होती. भास्करसुद्धा आता काही अगदी तरुण नव्हता. पण जोशीभटाच्या थोराड आणि कुरूप मुलीशी लग्न करण्याचा विचारसुद्धा त्याला किळसवाणा

वाटत होता. आईची संमती असल्यामुळे ती मुलगीही उगीचच लगटपणा करी. ती भास्करच्या घरी यायची. आईला मदत करायची. भास्करचीही काही लहानमोठी सेवा करायचा प्रयत्न करायची. भास्कर त्या वेळेला संतापून जायचा. सुलोचनासारख्या राजहंसीबरोबर ज्याने इष्काचे खेळ केले, त्याला काशीचा स्पर्शसुद्धा किळसवाणा वाटणे स्वाभाविकच होते. घरात बसणे काशीने अशक्य केले, तेव्हा हिंमत धरून भास्करने एक दिवशी कान्हेरेबुवांकडे जायचा निश्चय केला.

कान्हेरेबुवांकडे जाऊन तसा काही उपयोग नव्हता; कारण गाणे भास्करला सोडून गेलेच होते. पण निदान त्या ऋषितुल्य माणसाचा आशीर्वाद मिळावा, आवाज परत येण्यासाठी काही प्रयत्न करावा आणि त्यांच्याकडून जे ज्ञान मिळेल ते नुसते ग्रहण करावे, असे त्याला वाटले. अगदीच काही जमले नाही, तर त्या वृद्धाची सेवा करावी आणि निरर्थक आयुष्य कारणी लावावे, या विचाराने तो जिवाचा धडा करून एक दिवस कान्हेरेबुवांच्या दर्शनाला गेला.

कान्हेरेबुवांच्या कानावर काही गोष्टी गेल्या होत्या. तरीसुद्धा आपणहून त्यांनी काही विचारले नाही. दोन-चार दिवस तसेच जाऊ दिले. एक दिवस ते रियाजाला बसले असताना आपोआप भास्कर तंबोरा घेऊन बसला. त्याने सूर पकडावा म्हणून बुवांनी मागे पहावे पण भास्कर खाली मान घालून तंबोरा छेडत राहिला. शेवटी बुवांनी सांगितले, "भास्कर, झाले-गेले ते विसरून जा. तुझा आवाज कायमचा गेलेला नाही. अजून तू खूप रियाज केलास, तर आवाज सुटेल. एवढंच की तुला कष्ट मात्र खूप करावे लागतील. मी तुला काही औषधोपचार सुचवतो. नरसिंहापुढे भक्तिभावाने तू रियाज कर. आज ना उद्या एक दिवस तुझा आवाज तुझ्या काबूत येईल."

त्या दिवसापासून भास्करची नवीन साधना सुरू झाली. ती एक खडतर तपश्चर्या होती. परंतु मन लावून गुरूची सेवा करीत भास्करने त्या तपश्चर्येला आरंभ केला. हळूहळू त्याच्या तपश्चर्येला थोडेथोडे फळ येऊ लागले. पूर्वीइतके नाही तरीसुद्धा त्याचे गाणे त्याच्या आवाक्यात आले.

त्याचा आत्मविश्वास जो गेला होता, तो वाढू लागला. पूर्वीचे गावातील त्याचे मित्र, त्याचे सोबती यांच्याकडे तो जाऊ लागला. कधी लहानमोठ्या गाण्याची बैठक होऊ लागली. पूर्वीसारखी जवळपासच्या गावांतली नाटके तो बसवू लागला. एक- दोन वेळा त्याने कीर्तनेही करून पाहिली. अगदीच काही नाही तर या कीर्तनाच्या बळावर चरितार्थ चालवता येईल, हा विश्वास त्याला वाटायला लागला. गेल्या सात-आठ वर्षांत माणगाव खूप बदलले होते. गावात

कॉलेज निघाले होते आणि गावापासून दोन-चार मैलांवर– हायवेवर– दोन-चार कारखानेही निघाले होते. त्यामुळे सुशिक्षित आणि सुसंस्कृत मंडळी वाढू लागली. गाण्याची एक नवी ओढ या नव्या मंडळींना लागलेली आहे, हे त्याच्या लक्षात आले आणि एक दिवस त्याने ‘अनंत संगीत विद्यालय’ या नावाने संगीताचा क्लासही सुरू केला.

दहाबारा मुले-मुली त्याच्या क्लासला येऊ लागली. जगण्याचा प्रश्न सुटला. पण एकदा जो पराभव भास्करने सहन केला होता, त्याच्या खाणाखुणा अजूनही त्याच्या अंगावर होत्या. एका बाईने आपल्या आयुष्याचे खेळणे केले यामुळे कुठल्याही स्त्रीकडे तो डोळा वर करून पाहत नसे.

परंतु एकंदर त्याच्या जगण्याला प्रयोजन मिळाले. पहाटे चार-साडेचार वाजता तो उठे. थंड पाण्याने स्नान करी आणि नृसिंहाच्या मंदिरात येई. मग नृसिंहाची तो मनोभावे पूजा करी आणि पाचच्या सुमारास देवासमोर रियाजास बसे. सकाळच्या पहिल्या प्रहारात आपोआप त्याच्या गळ्यातून भूपाचे स्वर उमटू लागत. देवळाच्या घंटा हलू लागत, आवाज गोलाकार होऊन परत येई आणि त्याला आपोआपच स्वत:च्याच सुरांची साथ मिळे. बुवांनी सांगितल्यामुळे तो फार जलद अशा ताना घेत नसे किंवा उंच असा स्वरही लावण्याचा प्रयत्न करीत नसे. ठाय लयीत आवाज स्थिर करून स्वरावर पक्की मांड जमवण्याकडे त्याचा कल असे. तरीसुद्धा मध्येच एखादी छानदार हरकत किंवा स्वरांचा चमत्कार त्याच्याकडून घडला, की अवचित येऊन स्थानापन्न झालेले बुवा त्याला दाद देत. त्या दोघा गुरुशिष्यांचे गाणे चांगले आठ वाजेपर्यंत चाले. मग गुरुजींनी स्वत:च्या हाताने तयार केलेला एक औषधी कल्प गुरुजी त्याला खायला देत. गुरुजींना वंदन करून मग तो घरी परत येई. मग साडेआठनंतर त्याच्या वेगवेगळ्या शिकवण्या सुरू होत. गुरवाचा मुलगा बापू तबला शिकायला येई. भजनी मंडळाचे प्रमुख मटंगे भजने शिकायचे. दुपारी काही स्त्रिया भावगीते शिकायला यायच्या आणि संध्याकाळी वेगवेगळ्या वयाची पाचदहा मुले-मुली गाणे शिकायला यायच्या. हळूहळू भास्करने सगळी वाद्ये जमवली. घराच्या दोन पडव्यांमधली भिंत पाडून ती एक खोली करून घेतली, आणि त्याची गायनशाळा सुव्यवस्थित चालू झाली.

५

कितीतरी वर्षांपूर्वी फ्रॉकमध्ये पाहिलेली परांजपे वकिलांची कुंदा गाणे

शिकण्यासाठी त्याच्या क्लासमध्ये येऊ लागली. कॉलेजमध्ये पहिल्यांदाच मुलींचे स्वतंत्र नाटक होणार होते आणि त्या नाटकाचे दिग्दर्शन आणि संगीतनियोजन भास्कर करणार, हे उघडच होते. नाटकाची तालीम रात्री व्हायची आणि तीही परांजपे वकिलांकडेच. पण गाण्याची तालीम मात्र भास्करच्या गायन क्लासमध्ये व्हावयाची. गाणारी पात्रे दोनच होती. एक रेवतीचे काम करणारी कुंदा परांजपे आणि अश्विनशेठचे काम करणारी डॉक्टर बर्व्यांची मुलगी सुधा. गाव छोटेसेच होते. मामला घरेलूच होता. सगळ्यांची घरे हाकेच्या अंतरावर होती. मुलींचीच कामे नाटकात असल्यामुळे या नाटकाला तरी परवानगी मिळाली. शिवाय गावातले प्रतिष्ठित लोक तालमीला किंवा गाण्याच्या वेळी प्रत्यक्ष हजर असायचेच. शिवाय भास्करबद्दल सर्वांनाच विश्वास होता. नाटकातील काही आक्षेपार्ह वाक्ये, कॉलेजमधील मुलांचा समाज आणि ग्रामीण प्रेक्षकवर्ग लक्षात घेऊन अगोदरच कापली होती. नाटक उत्तम प्रकारे बसले होते. पाठांतर चोख झाले होते. त्यामुळे नाटकाचा पहिला प्रयोग यशस्वी रीतीने पार पडला. नाटकाच्या ह्या यशामुळे सरकारी नाट्यस्पर्धेत अ-नागरी विभागात या नाटकाचा प्रयोग करण्याची कल्पना निघाली.

सगळ्या सुस्थितीतील मुली, शिवाय परांजपे वकिलांचे नेतृत्व त्यामुळे कोल्हापूरला घडलेल्या प्राथमिक स्पर्धेत आणि नंतर पुण्याला झालेल्या नाट्यस्पर्धेत नाटकाने पहिले बक्षीस मिळविले. कुंदाच्या व रेवतीच्या कामाचा पत्रकारांनी खास गौरव केला. त्याचबरोबर एकेकाळचा विख्यात नट म्हणून भास्करचे नाव दिग्दर्शक म्हणून प्रकाशात आले. ही यशाची पहिली पायरी झाली; पण या यशाची भीती वाटावी अशा घटनाही हळूहळू घडू लागल्या. नाटक संपले तरी कुंदाचे संगीत-शिक्षण काही थांबले नाही. कुंदा देखणी होती. चुणचुणीत होती. आवाज दृष्ट लागण्यासारखा होता, आणि त्या नाटकाचे वृत्तपत्रांनी जे कौतुक केले होते, ते यश तिच्या डोक्यात गेले होते. तिची ग्रहणशक्ती विलक्षण होती. तिला जे जे शिकवावे, ते ते ती ताबडतोब आत्मसात करी. भास्करच्या एकदा मनात आले, की ही कुलशीलवान घराण्यातली मुलगी आहे, त्यामुळे तिच्या ह्या कलागुणांचा फारसा उपयोग होणे शक्य नाही. पण ही जर व्यासायिक रंगभूमीवर गेली, तर आजच्या लौकिकवान नट्यांनासुद्धा ताबडतोब सुट्टी देईल. परंतु तो रस्ता धोक्याचाही आहे, आणि इतक्या चांगल्या मुलीने त्या वाटेने न गेलेले बरे. त्याच्या मनात जसे हे विचार येत होते, तसे कुंदाच्याही मनात काही विचित्र विचार येत होते. सिनेमा- नाटकाच्या जगाबद्दलचे कुतूहल वर्तमानपत्रे निर्माण करतात. त्या भोवऱ्यात

ती फार पूर्वीच अडकली होती. वडील सांगतील त्या गोऱ्यागोमट्या मुलाशी लग्न करायचे आणि त्याच्या मुलांना वाढवीत त्याची मर्जी संपादन करीत रहायचे, या असल्या संसारासाठी आपला जन्म झालेला नाही, असे तिच्या मनाला नक्की वाटत होते. पण असले विचार बोलून दाखवणे धोक्याचे होते. म्हणून ती बोलून दाखवीत नव्हती एवढेच. पण त्या रस्त्याने जाण्याचा तिचा ठाम निश्चय होता आणि आपल्याला जर या क्षेत्रात जायचे असेल, तर भास्करइतकी उपयुक्त शिडी नाही, हेही तिच्या पक्के लक्षात आले आणि मग भास्करकडे तिचे लक्ष वळू लागले.

भास्करकडे तिचे लक्ष ज्या क्षणी गेले. त्या क्षणी तिच्या लक्षात आले, की भास्कर हा तसा देखणा पुरुष आहे. गुणवान तर आहेच; पण त्याचे आपल्या कपड्यांकडे, वागण्याकडे लक्ष नाही. माणगावसारखे कुग्राम सोडून भास्कर जर पुण्या-मुंबईकडे गेला, तर त्याच्या कलागुणांचे चीज नक्की होईल, याबद्दल तिला खात्री होती. एके दिवशी संध्याकाळी काही नवीन नाट्यसंगीत तो तिला शिकवीत असताना ती म्हणाली,

''गुरुजी, एक विचारलं तर रागावणार नाही?''

''नाही बुवा! काय हवं ते विचार.''

''गुरुजी, तुम्ही नाटक-कंपनीत होतात, नायकांची कामं करीत होतात; मग ते सारं सोडून तुम्ही इकडे का परत आलात?''

''ती मोठी कहाणी आहे. पण मुख्य कारण म्हणजे माझा आवाज एकाएकी बसला.''

''पण आता तर तुमचा आवाज चांगला झाला आहे.''

''हो. पण अजून असायला हवा तितका चांगला झालेला नाही. नाटकामध्ये हुकमी आवाज लावावा लागतो, तेवढा विश्वास मला वाटत नाही आणि खरं सांगायचं तर त्या व्यवसायाबद्दल मला तिरस्कार आहे.''

''कमाल आहे गुरुजी तुमची, देवानं तुम्हाला सर्व काही दिलं आहे आणि तुम्ही तिकडे दुर्लक्ष करता!''

''दैवयोग असतो कुंदा. त्याला कोण काय करणार?''

''छे! मला नाही हे पटत. परिस्थितीशी झगडण्यात खरा आनंद आहे. आम्हा बायकांचं एक कमनशीब असतं. मी मनात आणलं तर मला थोडंच नाटकात जाता येईल?''

''ते खरं आहे. पण खरं सांगू, तू मात्र नटी म्हणून नाव काढशील.''

"खरं म्हणता गुरुजी?"

"अगदी खरं आहे. तुझ्या गळ्यावर कोणताही संस्कार होऊ शकतो. शिकवलेली प्रत्येक गोष्ट तू उत्कटतेनं उचलतेस. तुझं लग्न झालं आणि जर पुण्या-मुंबईत तू राहिलीस आणि नवराही हौशी असला, तर कदाचित तुझ्या कलागुणांचा उपयोग होईल."

कुंदाने एक सुस्कारा टाकला आणि ती म्हणाली,

"त्यात काही अर्थ नाही. हे सर्व जमून येण्याचं स्वप्नं पाहणं म्हणजे अळवावरचं पाणी. हे सर्व जमेपर्यंत मी म्हातारीसुद्धा होईन."

"छे छे! तसं नाही होणार."

"गुरुजी, मला तुम्ही उगीच आशा दाखवता. ते जेव्हा होईल तेव्हा होईल, पण तोपर्यंत असं केलं तर? सौभद्र, मानापमान आणि स्वयंवर किंवा संशयकल्लोळ या नाटकांतील एकेक अंक मी एकटीनंच एकपात्री प्रयोगासारखा बसवला तर?"

"आयडिया चांगली आहे. काही सांगता येत नाही. कदाचित यशस्वी होईल तो प्रयोग."

"पण बाबांची परवानगी तुम्हालाच मिळवावी लागेल."

६

परांजपे वकिलांची परवानगी मिळवणे हे तसे कठीण नव्हते; कारण परांजपे एक कलागुणांचे रसिक होते म्हणून तर त्यांनी कुंदाला कॉलेजच्या नाटकात काम करायला प्रोत्साहन दिले होते. कधी कधी परांजपेसुद्धा पेटी काढून आपल्या घोगऱ्या आवाजात गाण्याचा प्रयत्न करीत. त्यांना गाण्याची समज चांगली होती; पण दुर्दैवाने आवाज चांगला नव्हता. कान्हेरेबुवा नृसिंहाच्या मंदिरात आपले निवृत्त आयुष्य काढण्यासाठी राहिले, त्याला कारणसुद्धा परांजपे वकीलच होते. एकतर ते मंदिराचे विश्वस्त होते आणि मुख्य म्हणजे देवळाला उत्पन्न खूप होते. स्वयंभू देवळाला इनाम मिळालेली शेती कोर्टदरबार करून त्यांनी सुरक्षित ठेवली होती. त्यामुळे देवासमोर सकाळी आणि संध्याकाळी गायन करून बुवांचा चरितार्थ चालू शकेल, एवढी तरतूद ते करू शकत होते. अनंतबुवा माणगावकर (कर्वे) हेही वकिलसाहेबांच्या बैठकीतले. याही कुटुंबावर वकिलसाहेबांचा लोभ होता. भास्करने गाव सोडू नये अशी त्यांची इच्छा होती. कान्हेरेबुवांच्या नंतर भास्करला आपण देवालयाच्या गायकपदावर नेमू, असे

त्यांनी आश्वासनही दिले होते. पण इतके असूनसुद्धा भास्कर नाटकी जगात गेला, ही गोष्ट त्यांना आवडली नाही. त्याच्या बऱ्यावाईट जीवनक्रमाची हकीकत त्यांच्या कानावर येत होती. माणगावात भास्कर परत आला आणि आता कायमचा गावातच राहणार होता, यामुळे त्यांचा राग ओसरला. कोणीतरी मत्सराने भास्कराच्या गळ्यावर औषधी प्रयोग केला आणि त्याचा आवाज गेला हे समजल्यावर तर त्यांना अतिशय दुःख झाले. खालच्या मानेने गावात वावरणारा अनंतरावांचा मुलगा भास्कर हा आपल्या कृपाछत्राखाली राहील, आणि गावातल्या मुलांना गायनाचे शिक्षण देईल, याविषयी त्यांच्या मनात शंका उरलेली नव्हती. भास्करच्या वर्तनामुळे आणि आता सुधारत चाललेल्या त्याच्या गळ्यामुळे परांजपे वकिलांचे मत त्याच्याबाबत पार बदलून गेले होते.

त्यामुळे परवानगीचा प्रश्नच नव्हता. परवानगी मिळेलच, पण ती मिळण्यापूर्वी आपण काही कर्तृत्त्व करून दाखववावे, या ईर्षेने हळूहळू एक एक गाणे, एक एक प्रवेश, कुणाच्याही लक्षात येणार नाही अशा तऱ्हेने दोघांनी बसवायला आरंभ केला. गाणे शिकवायला भास्कर आणि यथायोग्य शिकून घ्यायला त्याची शिष्या दोघेही अनुरूप होती. गाण्यातली प्रत्येक हरकत, प्रत्येक तान भास्करने शिकवावी आणि कुंदाने ती सहीसही गळ्यावर घटवून घ्यावी, असा तो खेळ सुरू झाला. ही जुनी नाटके, मोठमोठ्या गायकांनी नावारूपाला आणलेली. तिचे या नाटकातील गाणे थिल्लर किंवा शिकाऊ वाटता कामा नये, यासाठी प्रत्येक नाटकाचा बाज भास्करने तिला समजावून सांगितला. सुभद्रा ही राजघराण्यातील प्रेमिका आहे, तिची विरहगाथा काही गल्लीतल्या सुलुमालूसारखी थिल्लर असता कामा नये. शिवाय एका प्रतिष्ठित घराण्याचे संस्कार तिच्यावर झालेले आहेत. तिचे वागणे, बोलणे, चालणे यांत खानदानीपणा दिसला पाहिजे. याउलट, मानापमानातील भामिनी ही जरी राजघराण्यातील श्रीमंत युवराज्ञी असली, तरी प्रारंभी ती उच्छृंखल आहे. मी गरीब माणसाशी लग्न करणार नाही; असे बापाच्या तोंडावर ती सांगू शकते. जो काही फरक पुढे तिच्यात झालेला आहे, तो तिचा आत्मविकास आहे. खऱ्या प्रेमाची ओळख पटल्यामुळे या मुलीचे डोळे उघडलेले आहेत. तेव्हा सुभद्रेपेक्षा ही स्त्री वेगळी आहे. वडिलधाऱ्यांची मर्जी सोडून आपल्या प्रियकारावर उन्मत्तपणे प्रेम करण्याची सुभद्रेला हिम्मत नाही. ती आपल्या भावाचा, वहिनीचा या कामी उपयोग करते आणि आपले प्रेम यशस्वी करते. भामिनीची गोष्ट मात्र अगदी वेगळी आहे. भामिनी धोका पत्करायला तयार आहे. शत्रूचे हल्ले होत असलेल्या ठिकाणी ती एकटी जाऊन राहते, प्रसंगी

चोरदरोडेखोरांशी शस्त्राने युद्ध खेळते. ती स्वाभिमानी आहे आणि थोडी स्वयंसिद्धा आहे. पण ह्या दोन्ही स्त्रियांपेक्षा रेवती ही अगदीच निराळी स्त्री आहे. बोलूनचालून ती गणिका आहे. ती हट्टी आहे, मत्सरी आहे, प्रसंगी प्रियकराचा त्याग करण्याचीही तिची तयारी आहे. लग्नाच्या नात्याने एकाच पुरुषाशी एकनिष्ठ राहावे असे तिला जरी वाटत होते, तरी त्या पुरुषाला पारखून घेतल्याशिवाय ती तसे करणार नव्हती. तिने थोडा नखरा केला– लडिवाळपणा केला– तर तो क्षम्य आहे. मुक्त स्त्री-पुरुष संबंध आपल्या साहित्यात आणि नाटकात येथे प्रथमच आढळतात. त्या तिन्ही स्त्रियांची वेगवेगळी रूपे तो केवळ शब्दांनी सांगत नसे; तर प्रत्यक्ष त्यांचा अभिनय करून दाखवी. सगळे प्रवेशच्या प्रवेश त्याला मुखोद्गत होते. भूमिकांतील बारकावे, शब्दांची फेक, किंवा गाणे मांडण्याची त्याची तऱ्हा हे सारेच इतके विलोभनीय होते, की कुंदा नुसती अवाक् होऊन त्याच्याकडे पाहत असे. एक दिवस तिने त्याला विचारले,

"हे सारं तुम्हाला कोणी शिकवलं?"

"तसं कोणीच शिकवलं नाही. मोठमोठ्या नटांची नाटकं पाहण्याचे योग आले. आणि प्रत्येक नटाचं काहीतरी वेगळं अभिनयतंत्र होतं. कोणाच्या जवळ लाडीकपणा असतो तर कोणाच्या डोळ्यांत तेज असतं. नारायणरावांना– बालगंधर्वांना– मी पाहिलं आणि त्यांच्या त्या वृद्धपणातही माझ्या लक्षात आले, की भूमिकांशी एकरूप होणे म्हणजे काय! त्या वयातही ते बोलायला लागले, की त्यांच्या शब्दाशब्दाला स्त्रीत्वाचा गंध यायचा. मास्टर नरेश नावाचे दुसरे एक गायक नट होते. लतिकेचं काम करावं तर ते त्यांनीच. जलद लयीतील गाणे ते इतक्या सहजतेनं म्हणायचे, की आश्चर्य वाटायचं, आणि त्यांच्या अंगात स्त्री इतकी मुरलेली होती, की चुकूनसुद्धा त्यांच्याकडून पुरुषीपणाची हालचाल व्हायची नाही. स्त्रियांना लाज वाटेल असे लाजायचे, मुरकायचे किंवा मुग्धपणे ते पाहायचे. पाहून पाहून तर मी खूप शिकलोच, नाही असे नाही, पण आमच्या नाटककंपनीचे मालक बंडोपंत हे फार चांगली सुरेख नाटकं बसवून घेत. ते समोरच्या नटाला म्हणायचे, 'हे पाहा भास्कर, आता तू भास्कर कर्वे नाहीस. तू आता अश्विनशेठ आहेस. हा मनुष्य श्रीमंत आहे, गुलहौशी आहे, दिलदार आहे, तसाच अगदी क्षुद्र मत्सरी आहे. हा चटकन पाघळतो. तरीपण हा एक श्रीमंत आणि स्वयंप्रेरणा असणारा माणूस आहे. जगातली प्रत्येक गोष्ट विकत घेता येईल, असं त्याला वाटतं. त्याच्यामध्ये अधूनमधून उतावळेपणा, भाबडेपणा आणि आढ्यताही दिसली पाहिजे. त्याला आपली प्रेयसी मिळमिळीत आणि

बावळट नको आहे. त्याला ती रसिक, थोडी भांडखोर पण एकनिष्ठसुद्धा हवी आहे.' हे बोलत असतानाच ते वेगवेगळ्या किती प्रकारांनी ती भूमिका करता येईल, ते दाखवायचे. आपल्या शरीराला शोभेल असा बाज आपण उचलायचा आणि झेपेल एवढंच गायचं, हा त्यांचा मूलमंत्र होता. त्यांच्याकडून मी खूप शिकलो. हरिभाऊंकडून गंधर्वांच्या गाण्याची ढब मी उचलली, मोहित्यांकडून मी दीनानाथांची स्वर लावण्याची पद्धत उचलली, विनायकरावांनी स्पष्ट शब्दोच्चार कसे करावेत ते समजावून सांगितलं, आणि मास्टर कृष्णरावांनी गाणं कसं रंगवून म्हणता येईल, ते शिकवलं. हिराबाईंचं गाणं ऐकताना स्वच्छ, मंजूळ घंटानाद यायचा. खरं म्हटलं तर गाण्याचं विश्व अमर्याद आहे. अभंगात शरणागती आहे, गझलमध्ये आर्तता आहे, कव्वालीत आव्हान आहे, नाट्यसंगीतात परकायाप्रवेश केल्याचा आनंद आहे. कान्हेरेबुवा सकाळी ठाय लयीत रियाज करतात. आता खरं म्हणजे त्यांचा गळा काम देत नाही म्हणून त्यांचे डोळेच गातात; पण वाटतं, हवा पडलेली आहे, सूर्यास्ताची वेळ आहे आणि जलाशयावर एकही तरंग उमटत नाही असे ते शांत, अंतर्मुख करायला लावणारं गाणं गातात. हा एक आणखीनच अनोखा आनंद आहे.''

भास्कर त्या दिवशी नुसता बोलत होता आणि कुंदा सारे ऐकत होती. आजपर्यंत ती संगीताच्या वापीतून चुळका-चुळका पाणी काढून घेत होती. आज मात्र तिने स्वत:ला त्या विहिरीत झोकून दिले. संगीताची साधना अशी काठावर बसून होतच नाही. त्यासाठी आपल्याला संगीताच्या प्रवाहात झोकून द्यावे लागते, गटांगळ्या खाव्या लागतात, कासावीस व्हावे लागते आणि जर नशिबाने साथ दिली, तर संगीतावर तरंगता येतं. कुंदात आमूलाग्र बदल झाला. आजपर्यंत गाण्याची तिला हौस होती, आज तिला गाण्याची धुंदी काय असते, याचा थोडा पत्ता लागला.

आजवर भास्करबद्दल तिला आदर होता; नाही असे नाही. पण तो आदर केवळ शिष्याला गुरुजनांबद्दल असतो तेवढाच. पण आज मात्र हा दिसायला साधाभोळा असणारा माणूस कितीतरी हरहुन्नरी आणि अंतरी नाना कळा असणारा आहे, हे तिच्या ध्यानात आले. आपण समजतो त्यापेक्षा एका थोर गुरूच्या आणि श्रेष्ठ नटाच्या सान्निध्याचा आपल्याला फायदा मिळाला, हे लक्षात येताच तिने घरी जाताना प्रथमच त्याला नमस्कार केला. भास्कर आश्चर्यचकित होऊन म्हणाला,

"हे काय कुंदाताई, हे काय नवीनच काढलं आहे?''

"तुम्हाला नाही कळायचं? जगात तुम्ही किती यशस्वी झालात, याच्यावर जग तुमचं मोल ठरवील; पण त्याला तुमचे हे गुण कुठे माहीत आहेत?"

"खुळी आहेस बघ. माझ्यासारखे कितीतरी लोक दैवानं पाठ फिरवली म्हणून अंधारात राहतात."

"गुरुजी, खरं म्हणजे मी विचारणं बरोबर नाही. पण मी ऐकलंय ते खरं की खोटं?"

"कशाबद्दल?"

"बाईंबद्दल. सुलोचनाबाईंबद्दल."

"ते सगळं खरं आहे. म्हणजे जगाला जेवढं माहीत आहे, त्याहीपेक्षा ते खरं आहे."

"मग, बाईंचा आणि तुमचा बेबनाव कशामुळं झाला?"

"जाऊ दे. ती मोठी दुर्दैवी कहाणी आहे. तू लहान आहेस. तुला समजणार नाही."

"मी कोठली लहान! मी चांगली अठरा वर्षांची आहे. मला सर्व काही कळतं."

"अगं वेडे, वय वाढलं म्हणून शहाणपण येतंच असं नाही. माणसाला दुःख भोगल्याशिवाय जीवनाचा अर्थ समजत नाही."

"खरंच? हे सारं इतकं दुःखदायक होतं?"

"कुठंही गुंतलं की दुःख आलंच. कदाचित दुःखाशिवाय खरं प्रेम मिळतच नसेल. पण ते जाऊ दे. मी ते सारं विसरून गेलोय आणि पुन्हा तो काळ आठवायची इच्छा नाही."

"खरंच! तुम्ही बाईंना पूर्णपणे विसरला आहात?"

"अगदी पूर्णपणे."

कुंदानं एकदम सुस्कारा सोडला. या सुस्काऱ्याचा अन्वयार्थ भास्करला कळला नाही. निदान तेव्हातरी कळला नाही आणि कळला तेव्हा फार उशीर झाला होता.

त्या दिवसापासून कुंदाचे भास्करशी वागणे पारच बदलून गेले. आता ती कधी गाण्याची तालीम झाली, तरी ताबडतोब उठून जात नसे. ती उगीचच रेंगाळत राही. कधी खोलीची आवराआवर करी, कधी येताना फुले घेऊन येई. एक-दोन वेळा तिनं काही खाण्याचे पदार्थही आणले. तिची जवळीक सुखद होती, पण धोक्याची होती, हे कळण्याइतके टक्केटोणपे भास्करने खाल्ले होते.

तो अलिप्त राही. कोरडेपणाने वागे. आपण आकर्षक दिसणार नाही, याची जाणीवपूर्वक काळजी घेई. संभाषण तोडून टाकत असे. नाटका-गाण्याच्या तालमी संपण्याच्या वेळेआधीच कुणीतरी विद्यार्थी नेमका येईल अशी खटपट करी, पण त्या साऱ्या गोष्टींचा म्हणण्यासारखा उपयोग होत नव्हता. उलट, कुंदा अधिकाधिक लगट करण्याचा प्रयत्न करी.

एक दिवस कुंदा आली आणि अशीच खोलीची आवराआवर करता करता म्हणाली,

“गुरुजी, तुम्ही असं गबाळे का राहता? रोज दाढी करत नाही. तुमचे कपडेसुद्धा बिनइस्त्रीचे असतात. तुम्हाला चांगलं दिसावं असं वाटत नाही का?”

“न वाटायला काय झालं बाई! या गावात छानछोकीनं राहणं मला परवडणार नाही.”

“म्हणजे माणसानं साधं नीट राहायचंसुद्धा नाही?”

“आधीच मी नाटक्या आहे, थोडा बदलौकिक झालेला, त्यातून अजून अविवाहित आहे. आत्ता कोठे मी लोकांचा विश्वास संपादन केला आहे. तुझ्यासारख्या तरुण मुली बिनधास्तपणे गावातील लोक माझ्याकडे पाठवतात. उगाच शंकेला जागा कशाला द्यावी आपण?”

“हा अगदी शुद्ध पळपुटेपणा आहे.”

“बाई, तुला हे कळणार नाही. एकदा आयुष्य उद्ध्वस्त झालं, की मग स्थिर आयुष्याची महती कळते. तुझं ठीक आहे, उद्या तुझं लग्न होईल एखाद्या डॉक्टर-इंजिनियरबरोबर, आणि तू हे गाव सोडून निघूनही जाशील. मला या गावात राहायचं आहे, इथंच नांदायचं आहे.”

“मी निक्षून सांगते सर, की मी मुळी लग्नच करणार नाही.”

“मग काय करायचा विचार आहे?”

“गाणं शिकणार, नाटकात कामं करणार आणि खूप मोठी नटी होणार.”

“छे छे! असला काही विचार करू नकोस. तुझ्यासारख्या कुलशीलवान मुलीनं नाटका-सिनेमासारखा व्यवसाय करता कामा नये.”

“का?”

“तिथं सगळा वासनेचा खेळ असतो. सगळे पुरुष हावऱ्या नजरेनं बाईला गिळून टाकायला बसलेले असतात.”

“मला नाही पुरुषांची भीती वाटत. येऊन जाऊन करतील काय? आपण घट्ट आणि सावध असलं, की कोणी काहीसुद्धा करू शकत नाही. ते काही नाही.

तुमचा हात धरून मी गाणं शिकणार, नाटकात जाणार. जमलं तर सिनेमातसुद्धा जाणार. भांडी घासण्यासाठी आणि स्वयंपाक करण्यासाठी माझा जन्म झालेला नाही.''

हा एक तात्पुरता, तारुण्यसुलभ विचार आहे, असे समजून भास्करने तिकडे दुर्लक्ष केले. पण जसजशी त्या एकपात्री प्रयोगाची तयारी पूर्ण होत आली, तसतशी एक गोष्ट भास्करच्या लक्षात आली, की कुंदा एक महत्त्वाकांक्षी मुलगी आहे. ती आपले म्हणणे कधीच सोडणार नाही.

७

एक दिवस परांजपे वकिलांच्या दिवाणखान्यात कुंदाच्या त्रिवेणी ह्या तीन संगीत नाटकांच्या प्रयोगांची रंगीत तालीम झाली. कुंदा चांगली गाते, चांगला अभिनय करते हे भास्करला जरी समजले होते, तरी ती तो प्रयोग इतका आकर्षक करील, याची मात्र त्याला कल्पना नव्हती. स्त्रीपात्रांची पदे तिने उत्तम गायिलीच; पण पुरुषपात्रांची पदे आणि अभिनय तिने अगदी बहारदार केला. शालू, शेला आणि अलंकार घातलेली कुंदा खऱ्या सुभद्रेसारखी राजकन्याच दिसत होती. त्याचप्रमाणे प्रियकराचे गुपित शोधून काढण्यासाठी साध्या अस्मानी पातळात असणारी वनमालेच्या रूपातली भामिनी म्हणून ती सात्त्विक, प्रणयातुर शोभत होती. सर्वांत बहार तिने रेवतीच्या कामात केली. कदाचित असेही असेल, की रेवतीचा फटकळपणा आणि चेष्टेखोरपणा यात तिला आत्मरूप दिसले असेल. साऱ्याच प्रयोगांत तिच्या वेगवेगळ्या छटा जाणवत होत्या. परंतु नाटक सुरू होण्यापूर्वी तिने भास्करच्या पायांवर मस्तक टेकवले आणि त्याने तिला वर उचलून घेईपर्यंत तिने ते वर घेतलेच नाही, याने तो अंतर्यामी थरथरला होता. परांजपे वकिलांनी प्रयोगानंतर कुंदाची दृष्ट काढायला सांगितली, आणि खूष होऊन आपल्या बोटातली अंगठी भास्करच्या हातात घातली. नाटक पाहण्यासाठी म्हणून मुद्दाम बोलावलेले सर्व प्रेक्षक संतुष्ट झाले. चार-दोन रसिक उदार उद्योगपतींनी मिळून तिला एक हजार रुपये बक्षीस दिले.

हा एक हौशी गमतीदार प्रयोग म्हणूनच सर्वांनी या प्रयोगाची संभावना केली होती. पण पुण्या-मुंबईत एक एक प्रयोग करावा, अशी जेव्हा कुंदाने बापापाशी मागणी केली, तेव्हा वकिलसाहेब थोडेसे धास्तावले. अखेरी वात्सल्याचा विजय झाला. वकिलसाहेबांनी हुरुपाने या कल्पनेला संमती दिली. चांगला तब्बलजी, पेटीवाला यांचा शोध घेण्यात आला आणि पुन्हा एकदा नव्याने

तालमी करण्यात आल्या.

भास्कर पुण्या-मुंबईत एकदा चक्कर टाकून आला. दोन्ही प्रयोग कॉन्ट्रॅक्टरकडे देण्यात त्याला यश आले. त्यामुळे फारशी पदरमोड होणार नव्हती. वर्तमानपत्रात जाहिराती फडकल्या, फोटो झळकले, आणि प्रयोगाच्या आधी तीन-चार दिवस परांजपे वकील आपली कन्या आणि सारा सरंजाम घेऊन पुण्यात मुक्कामाला आले.

या अशा तऱ्हेचा प्रयोग ही एक अभिनव कल्पना होती. तीन ख्यातनाम नाटकांचा आणि नाटकातील गायनाचा एकत्रित लाभ ही तर एक पर्वणी होतीच; पण एक तरुण देखणी गायिका कान्हेरेबुवांच्या एका शिष्याने खास घडवून तयार केली आहे, याही वार्तेचा चांगला उपयोग झाला. शे-दीडशे माणसांना खास निमंत्रित करण्यात आले आणि ते आवर्जून आलेही. नाटकाचा प्रयोग सुविहितपणे पार पडेल आणि यशस्वी होईल, याबद्दल भास्करच्या मनात बिलकूल चिंता नव्हती. तरीपण कुंदाचा विश्वास वाढावा म्हणून त्याने थिएटरात संपूर्ण नेपथ्य आणि सजावटीत तिच्याकडून एक रंगीत तालीम करून घेतली. वन्समोअर मिळाला तरीही गाण्याचे पालुपद तेवढे पुन्हा म्हणायचे आणि ते कसे म्हणायचे, ते प्रात्यक्षिकासह दाखवले. एक-दोन कच्च्या जागा वाटल्या, त्या त्याने पुन्हा घोटून घेतल्या. तरीसुद्धा पुण्यातील चोखंदळ प्रेक्षकांसमोर आपण उभे राहत आहोत, या कल्पनेने कुंदा मनातून घाबरली. रंगपटात तशी ती दोघंच होती. नटराजाची पूजाही भास्करने केली. भास्करला, आपल्या वडिलांना, आईला आणि सर्व वादकांना तिने वाकून नमस्कार केला. मग सारेजण आपापल्या जागी गेले. वादक पिटमध्ये जाऊन बसले. परांजपे वकील आणि त्यांच्या पत्नी, आलेल्या पाहुण्यांच्या समवेत आपापल्या जागेवर जाऊन बसले. तिसरी घंटा व्हायला मिनिटा-दोन मिनिटांचा अवकाश होता. रंगमंचावरही मांडणी पूर्ण झाली होती. नोकरचाकर आणि एकदोन सहकारी अस्वस्थपणे घंटेची वाट पाहत उभे होते आणि प्रवेश करण्यासाठी कुंदा उभी होती आणि तिच्याजवळ भास्करही उभा होता. तिसरी घंटा करण्याची खूण करण्यासाठी भास्कर हात वर करणार, तोच कुंदा पुन्हा एकदा खाली वाकली. भास्करच्या पायावर तिने हात लावला. आणि मान उंच करीत उभे राहून तिने भास्करच्या ओठाला केव्हा आपल्या ओठांचा स्पर्श केला हेही त्याला कळले नाही. त्या अनपेक्षित स्पर्शाने थरारलेला भास्कर तिच्या अंगावरून येणाऱ्या सुगंधात पुरता बुडून गेला होता. पडदा उघडला गेला आणि त्याला परिचयाचे असणारे पाय-पेटीचे सूर ऐकू येऊ

लागले आणि त्यात कोवळ्या आवाजातला कुंदेचा स्वर मिसळला– मघाचा थरार मोठा की आत्ताचा थरार मोठा, हे क्षणभर त्याला कळले नाही आणि प्रयत्न करूनही ओठाला लागलेली लाली त्याला पुसता आली नाही.

त्रिवेणी हा कार्यक्रम लोकांची दाद घेऊन गेला. एकट्या तरुण मुलीने एवढा चांगला कार्यक्रम समजून सादर करावा, याचे लोकांना आश्चर्य वाटले. सुरुवातीला चाचरणारी कुंदा पुढे इतक्या सराईतपणे आणि आत्मविश्वासाने गाऊ लागली, की भास्करसुद्धा आश्चर्यचकित झाला. त्याला क्षणभर असे वाटून गेले, की आपणच घडवलेली ही मूर्ती! कळत न कळत कितीतरी संस्कार तिने घेतले. नारायणरावांचा लाडिकपणा पुष्पपराग म्हणताना ती किती खुलवू लागली. पण त्याच नाटकात पुरुषी भूमिका करताना नच सुंदरी करू कोपाच्या वेळेस तिने अगदी बहार आणून सोडली. मानापमानातील धैर्यधराच्या तोंडची गाणी गाताना, विशेषत: 'दे हाता' किंवा 'चंद्रिका ही' तिनं दीनानाथांची गायकी अशा धारधार आवाजात सादर केली की सर्व जाणत्या वयस्क प्रेक्षकांनी सर्वच पदांना वन्समोअर दिला. संशयकल्लोळमधील तिचा मुखडाच रघुवीर सावकारांची आठवण करून देत होता. रेवती ही गणिका होती, प्रणयचुतर होती. त्या वेळेला तर कुंदाने अगदी रसोत्कटतेची परमावधी केली. ती वावरत होती सर्वच प्रवेशांत स्त्रीवेषात. तालमीच्या वेळेचे आणि आत्ताचे तिचे स्त्रीत्व आणि अभिनयाची जाण वेगळीच वाटत होती. जसजशी दाद मिळत गेली, तसतशी ती अधिकाधिक खुलत गेली. नाटकाचा हा प्रयोग संपला, प्रेक्षक तृप्त झाले. त्यांनी कर्टन कॉल दिला. पडदा उघडला तेव्हा थोडीशी लाजलेली पण आतून खूप फुललेली अशी कुंदा प्रथम रंगमंचावर आली. टाळ्यांचा कडकडाट चालू असतानाच धैर्यधराच्या मेकअपमध्ये तिच्याशेजारी भास्करही येऊन उभा राहिला. अनाउन्सरने सांगितले, की याच गुरुजींच्या तालमीत यांनी प्रॅक्टिस केली. मग आणखी टाळ्यांचा कडकडाट झाला. दोघांनीही अभिवादन केले आणि दोघांनीही एका सुरात, 'जय जगदीश हरे' हे लोकप्रिय भजन म्हटले. कितीतरी वर्षांनी रंग लावून भास्कर रंगमंचावर आला. रंगमंचावरील फूट लाईट्‌समध्ये त्याचे हरवलेले तारुण्य त्याला परत मिळाले. कर्टन कॉल होईल याची खात्री होती. ती झाल्यावर काय करायचे, हे त्याने ठरवून ठेवले होते. वादकांना सूचना मिळाल्याबरोबर त्यांनी 'जय जगदीश हरे'चे सूर वाजवले. लोकांना जरी ते अनपेक्षित वाटले, तरी ते एक योजनाबद्ध नाटक होते. नंतर अनेकांच्या गराड्यात कुंदा सापडली. वृत्तपत्रप्रतिनिधींनी फोटोग्राफची मागणी केली. कोणीतरी तेवढ्यात प्रश्न विचारले. पण प्रत्येक गोष्टीला अन्त

असतो. हळूहळू प्रेक्षक पांगले आणि थिएटर शांत झाले. रंगमंचावरचे दिवे विझले. अंगावरची भरजरी वस्त्रे काढण्यात आली. चेहऱ्यावरचे रंगही पुसण्यात आले.

८

पण ते रंगही पुसले गेले नाहीत, आणि रंगमंचावरचा प्रकाशही विझला नाही; कारण लोकांनी या कार्यक्रमाला दिलेली पसंती, वृत्तपत्रांनी केलेले कौतुक यांमुळे मुंबईचा प्रयोग तर गाजलाच; पण तेवढ्यात व्यावसायिक कॉन्ट्रॅक्टरनी महाराष्ट्राच्या दौऱ्याची त्यांच्याकडे मागणी केली. प्रत्येक प्रयोगाला नक्त पंधराशे रुपये देऊ आणि खाजगी गाडीने प्रवास करू, अशी ऑफर दिली. पण वकिलसाहेबांनी त्याला विरोध केला. हौस म्हणून सारे ठीक होते. पण यापेक्षा अधिक महत्त्व द्यावे असे त्यांना वाटत नव्हते. शिवाय दौऱ्याबरोबर वकिलसाहेबांना जाणे व्यवहारातही शक्य नव्हते. वडिलांचा विरोध कुंदाने हळूहळू आर्जवीपणाने संपवून टाकला. भास्कर बरोबर होताच, तेव्हा तशी काळजी नव्हतीच साथीदारांचा खर्च वजा केला, तरी प्रत्येक प्रयोगाला हजार रुपये सुटणार होते. म्हणजे जर पंधरा दिवसांचा दौरा केला आणि त्यात दहा नाटकाचे प्रयोग केले तर दहा हजार रुपये मिळणार होते. परिश्रमाच्या मानाने हा मोबदला खूप होता. अगदी भास्करच्या प्रयत्नांचा मोबदला द्यायचे ठरले, तरी निम्मे पैसे देऊन कुंदाला पाच हजार रुपये मिळणार होते. गंमत म्हणून सुरू झालेला खेळ गंमत म्हणून चालवायला हरकत नव्हती. एकीकडे कन्येचे झालेले कौतुक वकिलसाहेबांना मोहवून टाकीत होते. त्याबरोबरच आपल्या मुलीला प्रापंचिक स्त्री बनवण्याची त्यांची इच्छा होती.

पण खरं म्हणजे वकिलसाहेबांच्या हातात तसे फारसे उरलेले नव्हते. या प्रयोगाला व्यावसायिक रूप येईल, असे त्यांना वाटले नव्हते.

त्यांनाच काय पण भास्करलासुद्धा एवढ्या यशाची कल्पना नव्हती. कल्पना असलीच तर ती थोड्याफार प्रमाणात कुंदाला होती. आपल्या आयुष्याचा मार्ग शोधून काढण्याची मिळालेली ही संधी गमवायची नाही, असे तिनेतरी नक्की ठरवले आणि या मार्गावरचा दिवा म्हणजे भास्कर, हेही तिने पक्के ओळखले होते.

भास्करबद्दल तिच्या मनात वेगळे अंकुर निर्माण झालेलेच होते आणि आता तर त्या अंकुरातून वेल चांगलीच तरारू पाहत होती. नाटकाच्या वेळेस तिने आपल्या ओठांचा नजराणा भास्करला दिला होता, पण तो एक आडदांड

धसमुसळा प्रयोग झाला होता. त्या वेळेस नाही म्हटलं तरी आई-वडिलांचा पहारा होता. शिवाय तिला आता आपल्या गुणांचाही साक्षात्कार झालेला होता. आता ती स्वतंत्र प्रज्ञेची कलावंत स्त्री झाली होती. तिला अडसर घालायला आता पहिल्यासारखे आई-वडिलांचे पाश नव्हते आणि शिवाय प्रत्यक्षातही तिचे आईवडील तिच्याबरोबर नव्हते.

मुंबई, पुणे, कोल्हापूर, बेळगाव, मडगाव, असे दक्षिण महाराष्ट्राचे दहा-बारा प्रयोग करण्यासाठी कधी खाजगी गाडीने, कधी फर्स्टक्लासचा रेल्वेप्रवास करत दहाबारा लोकांचा तो परिवार निघत असे. नाट्यप्रयोग संपल्यानंतरचा वेळ तसा रिकामाच असे. कॉन्ट्रॅक्टर, वादक, व्यवस्थापक ही मंडळी जेव्हा अन्य ठिकाणी जात असत, तेव्हा लॉजमध्ये ही दोघंच उरत, आणि त्या वेळेस त्यांच्या प्रीतीचा फुलोरा फुलू लागे. कोल्हापूरच्या मुक्कामाच्या वेळेस दोघे जोडीने जाऊन अंबाबाईची ओटी भरून आले. मधे एक दिवसाची गॅप घेतली असल्याने, नाटकाचे जागरण खूप झालेले होते म्हणून कोल्हापुरातील हॉटेलमध्ये सकाळी खूप उशिरा दोघे जागी झाली. म्हणजे आधी कुंदा जागी झाली आणि तिने शेजारच्या खोलीत झोपलेल्या भास्करला उठवले. तो तोंड धुऊन प्रसाधन आटोपून आला, त्या वेळेस कुंदा तयारच होती. तिच्या खोलीत भास्कर गेला, तेव्हा कुंदा म्हणाली,

"चहा सांगितला आहे." तेवढ्यात चहा घेऊन पोऱ्या आला. दोघांनी चहा घेतला. पेले घेऊन पोऱ्या गेल्याबरोबर कुंदा म्हणाली,

"गुरुजी, आज आपण रियाज करू."

"आज? आणि आत्ता रियाज?"

"हो, त्याला काय झालं? रियाज केला नाही, तर मला आणखी नवीन काही येणार नाही. हा बसवलेला कार्यक्रम संपून जाईल आणि मग मी काय परत माणगावला जाऊ? मला जर नेहमी रंगभूमीवर वावरायचं असेल, तर मला तुमच्यापासून खूप शिकलं पाहिजे."

"अगं, पण झाली एवढी गंमत पुरे झाली. नाव झालं. थोडे पैसे मिळाले."

"ते विसरा महाराज! मला काही तुमच्यासारखं खालच्या मानेनं जगायचं नाही. मला अलिबाबाची गुहाच सापडली आहे. या गुहेत सोनं, हिरे, माणिकं एवढी अनंत आहेत आणि ती मला लुटायची आहेत."

"ते ठीक आहे, तुझी खूप इच्छा असेल; पण तुझी तू काही स्वतंत्र नाहीस. हा दौरा झाला की आपल्याला परत माणगावला जायचं आहे–"

“मी तर जाणार नाहीच, पण तुम्हालाही जाऊ देणार नाही. आहे काय माणगावात? इथं बाहेर किती दुनिया पसरली आहे ती सोडून पुन्हा त्या कुग्रामात मला मुळीच जायचं नाही. म्हणून म्हणते, आजच आपण रियाज सुरू केला पाहिजे.”

ती उठली. तिने खोलीचा दरवाजा लावून घेतला, आणि ती भास्करच्या समोर उभी राहिली, आणि म्हणाली,

“आजपर्यंत केवळ तुम्ही माझे गुरुजी होता आणि मी तुमची शिष्या होते. पण आता केवळ मी तुमची शिष्या नाहीये.”

“म्हणजे?”

“चकित झालात? इतके दिवस मी कुंदा परांजपे होते म्हणून मला दुसऱ्याची परवानगी मागावी लागत होती. मी आता कुंदा कर्वे आहे. आता मला फक्त तुमची परवानगी लागेल आणि तुम्ही नाही म्हणू शकणारच नाही.”

“तुला वेडबिड तर नाही ना लागलं?”

“लागलं नाही, पण लागेल.”

“तुला नाही, पण मला लागलं आहे. मला माझी योग्यता माहीत आहे. मला तुझ्या वडिलांनी आश्रय दिला म्हणून पराभवाच्या एका अवस्थेतून मी बाहेर पडलो. त्यांच्याशी मला कृतघ्न व्हायचं नाही.”

“त्यांच्याशी कृतघ्न होण्याचा प्रश्नच कोठे आला? कोणाशी तरी ते माझं लग्न लावून देणारच आहेत. मी तुमच्याशी लग्न करते, त्यात त्यांनी आक्षेप घेण्याचं काही कारण नाही.”

“तुझं म्हणणं, माझ्यासारख्या एका अशिक्षित आणि कंगाल नटाबरोबर लग्न लावायला ते संमती देतील?”

“संमती दिली तर उत्तमच आहे. नाही दिली तरी मला त्यांच्या संमतीची गरजही नाही.”

“तुला नसेल. पण माझा काही विचार करशील की नाही?”

“तुमचा कशासाठी विचार करायचा? मी सुंदर आहे, तरुण आहे, चांगल्या कुळाशीलातील आहे हे तर तुम्ही मान्य करणार की नाही? मी तुम्हाला आवडत नाही का?”

“काहीतरीच बोलू नकोस. मी असं काही बोललेलो नाही. मी तुला एवढंच म्हणतो, की त्याचा आज विचार करण्याचं कारण नाही. असा घाईगर्दीने तू निर्णय घेतलास, की तुलाच अखेरी पश्चात्ताप होईल.”

“माझी काळजी तुम्ही करू नका. मला तर वाटलं, मी तुम्हाला विचारल्यावर

तुम्ही हुरळून जाल. त्याऐवजी तुम्ही मला बऱ्यावाइटाची चिकित्सा समजावून सांगता काय?''

''यात चिकित्सेचा काय प्रश्न आहे? दुर्दैवानं मी थोडंसं जग पाहिलंय, एकदा पोळून घेतलं आहे, दुधानं तोंड भाजलं–''

''हां, बरोबर आहे. सुलोचनाबाई दुधासारख्या होत्या आणि मी ताकासारखीच की नाही?''

''काहीतरीच. तुझं बोलणं नेहमी वाकडं का असतं?''

''खरंच, तुम्हाला मी आवडत नाही का?''

''आवडतेस. पण तुझ्या महत्त्वाकांक्षेकडे पाहिलं, स्वप्नाळूपणाकडे पाहिलं की वाटतं, पंख तोडलेल्या माझ्यासारख्या माणसाबरोबर तुझं जमणार नाही.''

''कुणी सांगितलं की तुमचे पंख तुटलेत म्हणून? तुम्ही पुन्हा नव्या जगासमोर पूर्वीच्याच लौकिकाने परत येण्याची शक्यता का धरत नाही? तुमचा हात धरून मी गायिका झाले, नटी झाले. उद्या कदाचित अभिनयसम्राज्ञीही होईल– तुम्ही मला हात देणार नाही?''

''तसं नाही.''

''नाटकात स्त्रीला पुरुष मागणी घालतात. तुम्ही तर ती घालतही नाहीच, पण अंगही चोरता. पण खरं सांगू भास्कर, तुमच्याशिवाय मला काहीही सुचत नाही. मला नाटकात जे काही यश मिळालं ते कशामुळं सांगू? तुमचे आपुलकीने भरलेले डोळे साक्षी होते म्हणून. आता तुम्ही मला सोडू शकत नाही. मी तुम्हाला सोडू शकत नाही.'' आणि असे म्हणताच तिने त्याला घट्ट मिठी मारली. झपाटलेल्या स्त्रीप्रमाणे त्याचे मुके घेतले, तिने मनात योजलेले होते तसे घडवण्यासाठी फक्त प्रथम तिलाच पुढाकार घ्यावा लागला. मग बाकी सारे भास्करकडूनच घडत गेले. गेली कित्येक वर्षे सुलोचनेचा त्याग केल्यापासून स्त्रीस्पर्श त्याला वर्ज्य होता. प्रथम स्त्रीबद्दल त्याच्या मनात राग निर्माण झाला होता. स्वत:बद्दल किळस वाटत होती. पण जसजसा काळ लोटत गेला तसतसा सुलोचनेच्या संगतीत घालवलेला काळही फिका होत गेला. त्याचा आवाज जसा त्याच्या ताब्यात येऊ लागला, तसतसा त्याचा पुरुषार्थही जागा होत गेला. त्याच्या पुरुषार्थाला जाग आणायला एक निमंत्रण त्याला आज अचानक मिळाले.

पहिल्या प्रयोगाच्या रात्री कुंदाने त्याच्या ओठांना निसटता स्पर्श केला होता. त्या क्षणापासूनच खरेतर त्याचे मन अस्वस्थ झाले होते. कुंदा ही त्याची शिष्या होती. मातब्बर घराण्यात जन्म पावलेली होती. प्रयत्नाने आयुष्याला

मिळवलेली सुरक्षितता आता त्याला घालवायची नव्हती, म्हणून कुंदेच्या प्राप्तीची आशा त्याने धरली नव्हती. आपल्या नात्याचा आपण दुरुपयोग करू नये, हा विवेक त्याने आपल्या मनाला लावला होता. एकदा स्त्रीबरोबर देहाचे मनसोक्त कोडकौतुक करून घेण्याची रक्ताच्या रेणूंना सवय लागली, की मग त्यांना कसलेच लगाम काचत नाहीत. त्यानंतर झालेल्या प्रत्येक प्रयोगाच्या वेळेस वाटायचे, की ही आपली वस्तू आहे, आपण निर्माण केलेली आहे. आपणावाचून कोणीही तिला स्पर्श करता कामा नये. पण त्या वेळेस तो मन आवरून घेई. जर का कुंदाने आपल्याला झिडकारले; तर तो घाव सहन करण्याचे सामर्थ्य त्याच्यात नव्हते. आता तो काही प्रश्नच नव्हता. आता हे निमंत्रण स्वीकारायचे म्हणजे आपण होऊन नव्या जुगाराला सामोरे जायचे, असा त्याचा अर्थ होता. पण तो प्रश्न आता पडलाच नाही. कारण कुंदाने दिलेले निमंत्रण सरळ सरळ शरीराला होते आणि ते निमंत्रण नाकारण्याचा करंटेपणा भास्करला दाखवता येण्यासारखा नव्हता.

एक सुंदर कोवळी कळी त्याने प्रथमच पाहिली होती. स्त्रीत्वाचा त्याचा मागचा अनुभव आणि आत्ताचा अनुभव ह्यांत जमीन-अस्मानाचा फरक होता. आतापर्यंत आपल्याजवळ सौंदर्याच्या आणि सुखाच्या जागा किती आहेत, हेच मुळी कुंदाला माहीत नव्हते आणि क्षणाक्षणाला भास्करचा स्पर्श तिला नवीन सुखाचा स्पर्श घडवीत होता. मनाची ओढ, गुणांवरचे प्रेम किंवा नात्याने उत्पन्न केलेला आदर यांपैकी कोणत्याही प्रेमापेक्षा हे नर आणि मादीचे प्रेम अगदी वेगळे होते. शरीरातला दुरावा संपल्यानंतर खुल्या अर्थाने या अनाघ्रात पुष्पाला दुसरे अस्तित्वच राहिलेले नाही, हे पाहून भास्कर अचंबित झाला. या घटकेला त्याला मिळत असलेले सुख आणि शहारे ही उन्मत्तपणाची वावटळ नव्हती. उगवत असलेल्या सूर्याचा धरित्रीला तो पहिला स्पर्श होता. आता कुंदा ही केवळ शिष्या राहिलेली नव्हती. ती सखी, मित्र आणि रंभा झालेली होती. गृहिणी व्हायची होती, पण आता प्रश्न फक्त उपचारांचा होता.

९

त्या दिवशी संध्याकाळी ती दोघे परत महालक्ष्मीच्या दर्शनाला गेली. कालही ती महालक्ष्मीच्या दर्शनाला आलीच होती, पण कालचे येणे हे वेगवेगळे आणि अलग होते. आज ती खऱ्या अर्थाने जोडीने मनोभावे आशीर्वाद मागायला आली होती. वासनेलासुद्धा पावित्र्याची गरज असते. दोन देह एकत्र आले खरे आणि प्रत्यक्ष मंगलाक्षता पडण्यापूर्वी आता ते एकत्र येणार होते, ते काही नर-

मादी म्हणून नव्हे, तर पती आणि पत्नी म्हणून. आता फक्त वकिलसाहेबांची संमती मिळवायची, एवढेच काय ते बाकी होते.

दौऱ्यातले पुढचे प्रयोग वेगळ्याच प्रकाराने घडत गेले. सुभद्रेने अर्जुनाला मिळवले, धैर्यधराने वनमाला जिंकली आणि रेवती आणि अश्विनशेठ यांचेही चिरमिलन झाले. सुजाण माणसाला त्यांच्यातील झालेले बदल कळत होते. आणि दौरा संपण्यापूर्वीच वकिलसाहेबांपर्यंत ह्या दोघांचे नाते कळवलेही गेले होते.

दौऱ्यातला शेवटचा प्रयोग पणजीला होता. प्रयोगाची मांडामांड चालू होती. कुंदा मेकअपसाठी बसली होती. प्रयोगासाठी लागणारे कपडे भिकू नीट इस्त्री करून ठेवीत होता. नटराजाच्या पूजेची तयारी झाली. हळूहळू प्रेक्षकही जमत असल्याचे आतपर्यंत ऐकू येऊ लागले. दिवसभर उनाडक्या करून आलेले वादक आपली वाद्ये गवसणीबाहेर काढावयाच्या तयारीला लागले. खरे म्हणजे रंगभूमी प्रसन्न होणार होती, याबद्दल कसलाही प्रत्यवाय नव्हता आणि त्याच वेळेला वकिलसाहेब आणि त्यांच्याबरोबर गावातील चार-दोन प्रतिष्ठित मंडळी रंगपटात आली. त्यांना पाहिल्याबरोबर मनामध्ये भास्कर चपापला असला, तरी त्याने हसतमुखाने त्यांचे स्वागत केले. कुंदाही वडिलांच्या पाया पडली. वकिलांनी पुटपुटत तिला आशीर्वादही दिला, पण त्यांच्या चेहऱ्यावरचा संताप सहजगत्या ओळखता येण्यासारखा होता. ते शांतपणे म्हणाले,

''आजचा प्रयोग होता कामा नये. मी आत्ताच्या आत्ता कुंदाला परत घेऊन जायला आलोय.''

भास्कर काहीच बोलला नाही. कुंदाच म्हणाली, ''का?''

''ते तुमचं तुम्हीच एकमेकांना विचारा. भास्कर असा बेईमान होईल, असं वाटलं नव्हतं.''

''पण त्यांच्या बेइमानीचा संबंधच काय बाबा? आणि त्यासाठी एवढं आकांडतांडाव करण्याची गरजच काय? मी तुमच्यासमोर उभी आहे, तुमची मुलगी. मला विचारा ना! कुणातरी चहाडखोर माणसाच्या पत्रानं घाबरून तुम्ही इथं धावून आलात. नाहीतरी उद्या संध्याकाळपर्यंत आम्ही येणारच होतो माणगावला.''

''हे पाहा, मला तुमच्याशी वाद घालायचा नाही आणि वाद घालून असल्या प्रश्नांना उत्तर मिळत नाही. मला जे कळलं असेल ते खरं असेल किंवा खोटं असेल, मला विषाची परीक्षा घ्यायची नाही. आणि भलताच धोका मला पत्करायचा नाही. झालं गेलं गंगेला मिळालं. यापुढे क्षणभरसुद्धा तू या माणसाच्या संगतीत राहता कामा नयेस.''

"बाबा, तुम्हाला मिळालेली माहिती अपुरी आहे. माझं आणि भास्कररावांचं कोल्हापूरला विधिपूर्वक लग्न झालं आहे. अगदी देव-देवक ठेवून. तेव्हा आता मी त्यांची बायको झालेली आहे. त्यांच्यापासून मला दूर करण्याचं सामर्थ्य आता कोणातच उरलेलं नाही."

"म्हणजे? त्या हरामखोरानं तुला लग्नाच्या जाळ्यात अडकवलं तर?"

"तुम्ही वकील आहात बाबा. तुम्हाला माहीत आहे, मी वयात आलेली आहे. माझं लग्न झालेलं नसतं, तरीसुद्धा तुम्ही मला जबरदस्तीने नेऊ शकला नसता. आता तर तो प्रश्नच नाही. तुमची इच्छा असेल, तर आम्ही दोघेही माणगावला येऊ. चोरट्यासारखे नाही. उजळ माथ्याने. आशीर्वाद दिलात तर आम्हाला आवडेल. पण डोक्यात राख घालून बसलात, तर त्याचा काही उपयोग नाही. आणि तुम्हाला म्हणून सांगते, यात भास्कररावांचा काहीही दोष नाही. त्यांनी मला अजिबात भुलवलेलं नाही, असलंच तर मीच त्यांना भुलवलेलं आहे."

वकिलसाहेबांनी आपला राग आवरला. कारण रागावून काही फायदा नाही, हे त्यांच्या ध्यानात आले. त्यांच्या बरोबरच्या प्रतिष्ठित माणसांनाही बोलायला कोठे वाव नव्हता. परत जावे का न जावे, याचाही निर्णय वकिलसाहेबांना आणि त्यांना करता येईना. तेव्हा कुंदाच म्हणाली, "आता आलाच आहात, तर तसेच जाऊ नका. सर्वांना आम्ही नमस्कार करतो. आशीर्वाद द्या. आजचं नाटक पाहा. आपण सगळेच्या सगळेच जण उद्या माणगावला परत जाऊ. तुमच्या संमतीनंच लग्न होतंय, असं नाटक तुम्ही करू शकता आणि तुमच्या इच्छेसाठी सर्व लग्नाचे सोपस्कार पुन्हा करून घ्या."

शहाणपणाने वकिलसाहेबांनी हा पर्याय स्वीकारला; कारण एका नाटक्याबरोबर आपली मुलगी पळून गेली यापेक्षा एका गायनवेड्या बापाने एका गायकालाच आपला जावई म्हणून निवडला, हा लौकिक त्यांना अधिक सुखदायक वाटला.

१०

नव्याने अचानक आलेले हे संकट ज्या निर्भयतेने आणि चातुर्याने कुंदाने परतवले, त्यामुळे भास्कर प्रथम आनंदित झाला, पण त्याचबरोबर कुंदाबद्दल त्याच्या मनात एक भीती उत्पन्न झाली. लग्न झालेले नसताना लग्न झाले आहे अशी थाप मारून तिने आपल्या बापाला फसवले आणि त्याच्यापुढे दुसरा पर्याय ठेवला नाही. यामुळे आलेला धोका टळला; पण नवीनच धोका निर्माण झाला, हे त्याला कळले. कुंदा ही आपण समजतो तशी साधीसुधी मुलगी नाही, याचा

साक्षात्कार असा अचानक झाला आणि आपल्या भावी संसाराबद्दल त्याच्या मनात एक शंकेची पाल चुकचुकू लागली.

ठरल्याप्रमाणे दुसऱ्या दिवशी दौऱ्याची समाप्ती झाल्यानंतर सर्व आर्थिक व्यवहार मिटवून सारी मंडळी माणगावला परतली. आता भास्कर अगदीच निष्कांचन नव्हता. दहा हजारांची माया त्याच्याजवळ होती. त्याचबरोबर वऱ्हाड, मराठवाडा आणि उत्तर महाराष्ट्र या दौऱ्याचे निमंत्रणही होते. आता भास्कर हा एक पराभूत नट नव्हता, तर एक यशस्वी दिग्दर्शक आणि यशस्वी संयोजक होता. यापुढे आपले भवितव्य माणगावसारख्या कुग्रामात कुजून जाणार नाही, याची पावती त्याने मिळवली आणि गमतीची गोष्ट अशी, की काल रात्री कुंदाने एक नवीन दर्शन त्याला दिले होते. त्याचा मागमूसही माणगावच्या परतीच्या प्रवासात त्याला पाहावयास मिळाला नाही. उलट, एका अतिशय सोज्वळ, विवेकी अशा कुलशीलवान कुमारिकेचे आदरशील भाव तिने धारण केले होते. म्हणजे कालच्या तीन एकांकांत केलेले अभिनय अस्सल होते. कुंदासारख्या तरुण, गुणसंपन्न बायकोचा लाभ अगदी सहजगत्या झाला, त्याबद्दल एका बाजूने त्याच्या मनाला तृप्ती लाभली; पण आपल्या म्हणण्याप्रमाणे जगाने चालायला पाहिजे अशी जी एक आकांक्षेची ठिणगी तिच्या डोळ्यांत निर्माण झाली, त्याचा दाहही आता त्याला जाणवू लागला.

माणगावात हे सारेजण परतले. वास्तविक कुंदा भास्करच्या घरी जायची; पण तसे न होता कुंदा आपल्याच घरी गेली. दुसऱ्या दिवशी लग्नासंबंधीचे बोलणे पक्के करून नृसिंहाच्या देवळातच बुवांच्या साक्षीने या लग्नाची बैठक घ्यावी, असे ठरले. बुवांचे कान वकिलांनी आधीच जाऊन फुंकले हाते. त्यामुळे या लग्नाला मोडता घालण्याचा बुवांनी प्रयत्न केला. गुरूने आपल्या शिष्येला नादी लावू नये, या संकेताचीही त्यांनी आठवण करून दिली. भास्करने एकच केले; ते म्हणजे कुंदाने जी कल्पित गोष्ट सांगितली, तिला तो चिकटून राहिला. लग्न झालेले आहे. शरीरव्यवहार घडलेला आहे. तेव्हा आता लग्नावाचून पर्याय नाही, ही गोष्ट त्याने गुरुजींना सांगितली, तरीही बुवांचा विरोध होताच. त्यांना केवळ वकिलांचे हित पाहावयाचे होते असे नव्हे, तर अशा अनेक संबंधांची अखेरही त्यांना माहीत होती. त्यांनी भास्करला सांगितले,

"कालमानाचा विचार केला तर शरीरव्यवहार झाला म्हणून लग्न केलंच पाहिजे असे नाही. वकिलसाहेब त्यातून योग्य तो मार्ग काढतील. परंतु दोघांचे पोट भरण्याचा व्यवसाय करण्याची पात्रता, गाण्याच्या विद्येवर आणि सुधारलेल्या

आवाजावर तुला प्राप्त झालेली नाही आणि म्हणून सतत दारिद्र्यात राहणाऱ्या तुझ्यासारख्याला ही श्रीमंताची लाडकी मुलगी सांभाळता येणार नाही. झगडे होतील आणि संसाराची वाताहत होईल. या एवढ्याशा मिळालेल्या यशामुळे फार फुगून जायचं कारण नाही, कारण ह्यातलं बहुतेक यश दुर्मिळ झालेल्या नाट्यसंगीताच्या आकर्षणाचं आहे. एवढ्या तरुण मुलीनं तयारीनं ती पदं म्हटली म्हणूनही काही कौतुक असेल. एरवी या मुलीला गाण्याचं फार मोठे अंग नाही. तुझा आवाजच जर चांगला सुधारू शकला, तर गायक म्हणून तुला थोडीतरी प्रतिष्ठा मिळेल; पण तीही दूरची वाट आहे. शिवाय आता या गावात तुला सहानुभूती मिळणार नाही. या लग्नाचा नाद तू सोडून द्यावास हेच उत्तम.''

भास्कर चिंताक्रांत झाला. कारण बुवा बोलत होते ते फारसे खोटे नव्हते. पण अजून गेले पंधरा दिवस भोगलेले कौतुक, मिळालेली प्रशंसा आणि मिळालेले लक्ष्मीचे वरदान त्याच्या डोक्यातून अजिबात गेले नव्हते. सुंदर कोवळ्या अशा तरुण देहाचा सुगंध तर अजूनही त्याच्या अंगोपांगाला येत होता. दैवदुर्लभ अशी ही स्त्री आपल्या आयुष्यात स्वप्नाप्रमाणे यावी आणि तिला टिकवून धरण्याचे सामर्थ्य आपल्यात असू नये, या जाणिवेने जागा केला गेलेला त्याचा पुरुषार्थ ह्या जागी ठेचला जात होता. ज्याने आपल्याला गानविद्या दिली त्या गुरूचा शब्दही मोडवत नव्हता आणि कुंदाच्या आक्रमक देहाचाही मोह सुटत नव्हता.

पण हा सारा गुंता कुंदाने क्षणार्धात सोडवला. तिने आईला हे सारे सांगून टाकले. लग्न झालेच आहे असे म्हटल्यावर आता परत कोणताही विचार करायला आई तयार नव्हती. जुन्या संस्कारांत वाढलेली ती स्त्री. तिच्या दृष्टीने लग्न ही सोय नव्हती, तर परमेश्वरी योजना होती. कुंदाचा निर्धार, तिच्या म्हणण्याला आईचा असलेला पाठिंबा आणि नाही म्हटलं तरी त्या दोघांबद्दल झालेला बभ्रा यामुळे वकिलसाहेबांचा विरोध मोडून पडला. त्यांनी एवढाच विचार केला, की आता हे सारे अटळ आहे. मग आपली शोभा करून घेण्यात काय अर्थ आहे? खरे म्हणजे हे गाण्या-नाटकाचे छंद आपण कुंदाला लागू द्यायला नको होते. आता मोहात पडलेल्या ह्या मुलीला खेचून बाहेर काढणे जवळपास अशक्य होते. अशा परिस्थितीत एकच करणे शक्य आहे; ते म्हणजे या मुलीचे सरळसरळ लग्न करून द्यायचे आणि आपले हात झटकून द्यायचे. आणि तोच बेत त्यांनी अमलात आणला. मनातून ते निरुत्साही होते, पण त्यांनी तसे काही दाखवले नाही. एरवी आपल्या मुलीचे लग्न केले असते त्याच पद्धतीने, त्याच थाटाने त्यांनी हे लग्न लावून दिले. चार-पाचशे माणसे जेवायला

घातली. जावई म्हणून जेवढे कौतुक करता येईल, तेवढे भास्करचे कौतुक केले आणि हा तिढा सोडवण्याचा प्रयत्न केला.

पण सर्वांना हे जाणवत मात्र होते, की हे लग्न काही वकिलसाहेबांनी खुशीने लावून दिलेले नाही. एकतर भास्कर तशा अर्थाने अशिक्षितच म्हटला पाहिजे. भास्करच्या आणि कुंदाच्या वयात चांगले दहा-बारा वर्षांचे अंतर असले पाहिजे. नाटकी लोकांच्या जाळ्यात कुंदा सापडली आणि तशा अर्थाने ह्या माणसाने एक भलाभक्कम श्रीमंत सासरा गटवला, अशीच सर्वांची प्रतिक्रिया होती.

माणगावात राहून ह्या दोघांचा संसार चालण्याची शक्यता नव्हती आणि आपल्या डोळ्यांसमोर मुलीच्या संसाराचे दैन्य सतत दिसावे असे वकिलसाहेबांना पटणे शक्य नव्हते. आणि कुंदाचीही माणगावात राहण्याची इच्छा नव्हती; कारण शहरातले झगमगते ऐश्वर्य, कीर्तीचे फडकणारे ध्वज आणि वृत्तपत्रांतून येणाऱ्या आपल्या प्रतिमा यांमुळे तिच्या डोळ्यांत भलभलती स्वप्ने तयार होत होती. तिला एक नवीन जग सापडले. ह्या जगाचा दरवाजा तिच्या नशिबाने उघडला होता. आणि तो बंद व्हावयाच्या आत ह्या जगात तिला प्रवेश करण्याची इच्छा होती. पुढच्या दौऱ्याच्या तारखा अजून ठरलेल्या नव्हत्या; पण महिना पंधरा दिवसांत तो दौरा सुरू होणार होता. तेव्हा भास्करने पुढे जावे, बिऱ्हाडाची जागा शोधावी, संसाराची मांडणी करावी, असा बेत त्या दोघांनी केला आणि तो अमलातही आणला.

११

महानगरी मुंबई ही तशी भास्करला नवीन नव्हती. नाटकी जगात त्याची थोडीशी वट होती. त्याने खूप शोधाशोध केली. पण जागा मिळणे इतके सोपे नव्हते. शिवाय जागा मिळालीच तर काही हजारांची तरतूद करणे भागच होते. पंधरा-वीस हजार रुपये पागडीच्या बोलीवर नाटकाचेच ठेकेदार मामा शिंदे यांनी नायगावच्या एका चाळीत कोपऱ्यातली एक डबलरूम मिळवली. वस्ती कामगारांचीच होती, पण तशी चांगली होती. दोनमजली चाळीतली ही शेवटची खोली. त्यामुळे तसा एकांत होता. क्लास काढला तरी जागा पुरण्यासारखी होती. खोली ताब्यात आली. रंगरंगोटी झाली आणि संसार सुरू करावा, अशी परिस्थिती प्राप्त झाली. क्षणाक्षणाला कुंदा माणगावात अस्वस्थ झालेली होती, त्यामुळे ही बातमी कळताच ती क्षणभरही माणगावात राहायला तयार नव्हती. परांजपे वकिलांनीही खऱ्या अर्थाने आपल्या मुलीची पाठवणी करायची असे ठरवून तिच्या नव्या

संसारासाठी, भांडी-कुंडी, कपडेलत्ते देण्याचे ठरवले. आपल्या मुलीला, बायकोला आणि विहीणबाईंना गाडीत घालून ते सरळ मुंबईत आले व मुंबईच्या चाळीत हजर झाले. परांजप्यांच्या सांसारिक भाषेत ही मिश्रवस्तीतली चाळ टाकाऊच होती; पण दुसरी जागा मिळवून द्यायची म्हणजे पाच-पन्नास हजार रुपये खर्चायला हवेत हा विचार मनात आला. त्यापेक्षा जावयाने आपल्याला हव्या त्या पद्धतीने जो जीवनधर्म स्वीकारला आहे तोच स्वीकारू दे ना, असे व्यवहारचतुर वकिलसाहेबांनी मनाशी ठरवले. देऊन देऊन परांजपे वकील किती देणार होते? त्यांची श्रीमंती ही खेड्याच्या मानाने कितीही खूप असली, तरी या महानगरीत तिचा काय पाड लागणार होता? मुलीचे नशीब तिच्याबरोबर आहे हेच सत्य होते. शिवाय हा संसार फार काळ टिकणार नाही, असे त्यांच्या मनात येत होते. कारण, मुलीचे नवीन स्वरूप त्यांना समजले होते. किंबहुना तिच्या त्या नवीन स्वरूपामुळे ते थोडे हबकलेच होते. चांगले संस्कार, चांगले घर ह्याला खरोखरच काही अर्थ नाही. रेणूरेणूंतून रक्तातून वाहत आलेले गुणधर्म हेच माणसाचे भवितव्य ठरवतात. तेव्हा घडते आहे ते घडू द्यावे, असे कशाला, तिकडे चक्क पाठ फिरवावी, हाच विचार त्यांनी अमलात आणला, आणि ह्या महानगरीच्या प्रचंड जंगलात आपल्याला मुलीला सोडून त्यांनी परत माणगावची वाट धरली.

त्या नव्या कोऱ्या संसारात दिवसाची रात्र होत होती आणि रात्रीचा दिवस होत होता. जगाचा कोलाहल यौवनाच्या निमंत्रणाला ऐकू येत नव्हता. कुंदाला तर हे सारे जगच अद्भुत होते; कारण तिच्या लेखी हा साराच अनुभव नवीन होता. जगात खरे निमंत्रण एकच असते आणि ते म्हणजे तारुण्याचे, आणि ह्या निमंत्रणाबरोबर जीवनाचे अन्य काही अर्थ असतात, ह्याचाही विसर पडतो. तसा तिला विसर पडला. क्षणमात्रही तिला आपल्या भवितव्याची चिंता वाटली नाही, इतकी ती आपल्या देहाच्या कोडकौतुकात रमली. ह्या असल्या रंगतदार दिवसातून केवळ आपला नवरा संतुष्ट व्हावा, म्हणून ती सकाळी रियाजाला बसत होती. कारण आपल्या दोघांच्या आयुष्यात टिकेल असा धागा फक्त संगीताचाच आहे, हे ती जाणून होती. संगीतानेच आपल्याला एकत्र आणले आणि संगीतच आपल्याला घट्ट पकडून ठेवील, हे ओळखल्यामुळे तिने त्या उन्मादी आयुष्यातसुद्धा सुरांची साथ सोडली नाही.

तिच्या हेही ध्यानात आले, की तंबोऱ्याचा आवाज खोलीत घुमू लागला की भास्करचा चेहरासुद्धा बदलत असे. एकदम त्याच्या चेहऱ्यावर आनंदी भाव उमटे. त्याचा निमगोरा चेहरा तेज:पुंज होई. मान उंच होई. एखादा अनवट राग

त्याच्या गळ्यातून जेव्हा बाहेर पडे, तेव्हा योग्याचे तप:सामर्थ्य काय असते, ह्याची तिला प्रचिती येई आणि तेवढ्यापुरती तरी ती त्याच्यापुढे लीन होत असे. सुरांनी वेढून टाकलेला तिचा एक संसार आणि शरीराने वेढून टाकलेला दुसरा संसार अशी तिच्या संसाराची दोन अंगे होती. एकामध्ये ती स्वामिनी होती आणि दुसऱ्यामध्ये मात्र ती केवळ शिष्या होती– दासी होती. एक दिवस या संसारातही आपण मालकिणीच्या तोऱ्याने वागू अशी जिद्द ती बाळगत होती. तेवढ्यासाठी परिश्रमांचा डोंगर उपसायला तिची तयारी होती. शरीराच्या अनेक निमंत्रणांना मागे सारूनसुद्धा तिला सुरांची सोबत घ्यावीशी वाटे, ह्याचे एकच कारण म्हणजे तिच्या मनाच्या दरवाजापाशी दोन खडे द्वारपाल होते. एक संगीताच्या गूढ आणि अनाकलनीय स्वरांचा आणि दुसरा अभिनयाच्या जगातील मानमान्यतेचा. चारचौघींप्रमाणे आपल्याला केवळ बोळक्यांचा संसार करायचा नाही, भांडी घासत आणि मुले वाढवत संसार करायचा नाही, हे तिच्या लेखी तरी पक्के होते आणि अशा या अवस्थेतच तिच्या संसाराची सुरुवात झाली होती.

ती कलावती होती, तशीच तिला गृहिणीधर्माची आवडही होती. तिलासुद्धा ही चाळ आवडली नव्हती; परंतु ही नुसती सुरुवात आहे असे मानून तिने हे जीवन स्वीकारले होते. घर चांगले दिसावे, त्याची सजावट करावी, नवऱ्याला आणि आपल्याला चांगले भोजन मिळावे, ही तिच्या मनात इतर मुलींप्रमाणे वांछा होती. तिच्या या वागण्याने भास्कर दिपून गेला. त्याला वाटले होते, की बहुतांशी ह्या उतावळ्या मुलीला संसारात गोडी नसावी. त्याने जग पुष्कळ पाहिलेले होते; पण नव्याने अंकुरलेले जग तो प्रथमच पाहात होता.

संसार ही एक गुंतागुंतीची गोष्ट आहे. नर आणि मादी एकत्र आली तर शरीरव्यवहार घडतो; पण एक स्त्री आणि पुरुष एकत्र आले तर संसार घडण्याची शक्यता निर्माण होते. संसाराला शाश्वती असते. शरीरव्यवहाराच्या पलीकडे असणाऱ्या अनेक सुखांचे प्रदेश संसाराच्या साम्राज्यात येतात. दोन भिन्नभिन्न प्रकृतींची व्यक्तिमत्त्वे एकमेकात मिसळून जाण्यासाठी आसुसलेली असतात. परंतु शरीरावर असलेल्या स्वामित्वाबरोबरच मनावर स्वामित्व गाजवण्याची इच्छा प्रबळ होत जाते. भिन्न गुणधर्मांतून समान गुणधर्मांचा हिशेब होतो आणि त्यावर संसाराची इमारत तोलली जाते. मतभेदांची तीव्रता जिव्हाळ्याने कमी होते, किंबहुना मतभेद हेसुद्धा संसारातील शोभेच्या वस्तू ठरतात. सुख लावून घेण्याचा गुणधर्म माणसाजवळ असायला हवा, शिवाय दुसऱ्याला सुख देण्याची प्रवृत्तीही. घरातल्या लहानलहान श्रमांची सुखद वाटणी व्हायला हवी. खरे पाहता

दिनक्रमात त्याच त्याच गोष्टी पुन: पुन्हा कराव्या लागतात. त्यावाचून सुटकाही नसते. या त्याच त्याच कंटाळवाण्या गोष्टींनी संसाराची लज्जत कमी होत नाही.

कुंदा खरोखरीच संसारात रमून गेली होती, निदान तसे ती दाखवीत होती. पाणी पडल्यावर वेल तरारावी तशी तीसुद्धा आता तरारली होती. सौंदर्याचा एक नवीन आविष्कार तिच्या ठायी प्राप्त झाला होता. भास्करचा गबाळेपणा तिने प्रयत्नाने मोडून काढला. त्या साध्या घरात स्वयंपाकाची जागा असो, बैठकीची जागा असो, प्रत्येक ठिकाणी तिचे व्यक्तिमत्त्व दिसू लागले. किंबहुना तिला असे वाटले असले पाहिजे की, संसारातील जबाबदाऱ्या पत्करूनसुद्धा किंवा पत्करूनच आपल्या महत्त्वाकांक्षा सफल करता येतील. पण आपली प्राप्ती तुटपुंजी आहे, हे काही तिच्या ध्यानात येत नव्हते. नवनव्या गोष्टी विकत आणण्यासाठी आधी थोडा पैसा खर्च करणे जरूर होते. यामुळे सचिंत झालेल्या भास्करला कधीकधी ती लाडिकपणे म्हणायची, "या गोष्टी तेव्हाच्या तेव्हा करायला नकोत का? पैसे काय कधीही मिळतील. नाहीतर असे व्हायचे की जेव्हा पैसे मिळतील, तेव्हा ते भोगण्याची आपली इच्छाच संपलेली असेल." भास्कर नुसता हसे. कारण त्याला हे माहीत होते, की या मुंबईसारख्या महानगरीत सहजगत्या आपला निभाव लागणार नाही. आपली गायनविद्या किंवा आपल्या दोघांचे हे नाट्यगुण फारशी समृद्धी आणणार नाहीत. त्यासाठी खूप झगडावे लागेल आणि त्यामुळेच जीवन सुखावह करण्यासाठी काय काय करावे, या दिशेने तो विचारही करी. अजून त्या विदर्भाच्या दौऱ्याला मुहूर्त लागला नव्हता. एकदोन नाट्यनिर्मात्यांनी जुजबी चौकशी केली होती, परंतु प्रत्यक्ष नाटकात रोल मिळालेला नव्हता. नाही म्हणायला चारदोन तरुण विद्यार्थी त्याच्याकडे शिकायला येऊ लागले आणि नकळत 'अनंत संगीत विद्यालया'ची स्थापनाही होऊन गेली.

पण कुंदाच्या नाट्यगुणांना किंवा गायनकलेला अजून काही फळ आलेले नव्हते. रेडिओवर खटपट चालू होती. एका चित्रपट संगीताच्या वाद्यवृंदात गाण्यासाठी तिची निवड होत आली, पण किती झाले तरी यामुळे काही चरितार्थाचा प्रश्न सुटत नव्हता. पण एकेक वेळा असे घडते, की नशीब अचानक दार ठोठावते आणि तशी संधी एक दिवस अचानक जुळून आली.

१२

'त्रिवेणी' ह्या एकपात्री प्रयोगाचे कॉन्ट्रॅक्टर शिंदे यांनी एका नाटकाच्या निमित्ताने एका निर्मात्यांशी– घोलपांशी– भास्करची ओळख करून दिली. घोलप

नाट्यसृष्टीत मशहूर माणूस होता; पण त्याचबरोबर त्याचा लौकिकही फारसा चांगला नव्हता. मूळचा त्याचा व्यवसाय हा मालवाहतुकीचा होता. तो व्यवसाय आता त्याची मुले करीत, त्यामुळे पैशाचा पाऊस त्याच्याकडे पडत होता. उद्धट व उर्मट म्हणून जशी त्याची ख्याती होती, तशीच बायकांच्या संबंधाबद्दल त्याची बदनामी होती. किंबहुना त्याने ठेवलेल्या एका बाईमुळेच तो नाटकधंद्यांकडे वळला. सर्वसामान्य लेखकाकडून तो स्वस्तात नाटक विकत घ्यायचा. आपल्या अकलेने किंवा त्याच्या कंपनीचा कायमचा दिग्दर्शक मधू धोंडे ह्याच्या सहाय्याने त्या नाटकात तो वाटेल ते बदल करून घेई. उत्तान आणि भडक प्रवेश, चावट कोट्या किंवा कधीकधी लोकांच्या डोळ्यांतून पाणी काढू शकतील असे भाबडे प्रसंग त्यात कोंबायचे. नाटक चालले पाहिजे, हे त्याचे व्यवसायाकडे पाहण्याचे ब्रीद होते. त्यासाठी तो अफाट जाहिरात करायचा. जाहिरातीत उत्तेजक असे फोटो छापायचा. नाट्यक्षेत्रात त्याचा दबदबा होता. भलेबुरे मार्ग वापरून तो थिएटरच्या तारखा मिळवायचा. झंझावाती दौरे आखायचा. त्याने आत्तापर्यंत सामान्य टुकार नाटकांचे शतकमहोत्सवी प्रयोग केले होते. नाट्यक्षेत्रात येऊ पाहणाऱ्या कोवळ्या फुलांचा वास त्याला ताबडतोब लागायचा आणि मग नाना तऱ्हेची आमिषे दाखवून तो त्या स्त्रीला आपल्या नाटकांत सामील करून घ्यायचा. रोज प्रयोग झाले पाहिजेत ह्या त्याच्या वेडापायी कित्येकदा सकाळ, दुपार, संध्याकाळ असेही तो प्रयोग लावायचा. स्वत:च्या कंपनीसाठी स्वत:ची गाडी असणारा तो पहिला निर्माता होता. इतरांची चालणारी नाटके तो चालवायला घ्यायचा! ती मिळाली नाहीत तर त्यांच्या कंपनीतील नटांना फोडायचा. त्यांना थिएटरच्या तारखा मिळू द्यायचा नाही.

त्याचे हे डावपेच आणि आडदांडपणा सर्व नाट्यवर्तुळात माहीत होता; म्हणून लोक त्याच्याशी संबंध ठेवत नसत किंवा त्याला दुखवतही नसत. त्याच्या स्वभावाप्रमाणेच त्याचा देहही आडदांड होता. प्रसंगी तो दहशतीचाही वापर करी. कधी कधी त्या दहशतीचे रूपांतर छळामध्येसुद्धा होई. मग नाट्यवर्तुळातील लोक तेवढ्यापुरते एकत्र येत आणि त्याला शह देत. पण ते तेवढेच असे. कारण तोही त्या संघटित नाट्यनिर्मात्यांत फूट पाडण्यात यशस्वी होई. बाहेरून गोंडस वाटणारा हा धंदा अंतर्यामी किती असंघटित आहे, हे फार थोड्यांना माहीत होते.

ज्या दिवशी शिंदे घोलपांना घेऊन अनंत संगीत विद्यालयाच्या चाळीतील पायऱ्या चढले, त्या क्षणी त्यांनी मनाशी योजलेल्या नवीन नाटकाचा आरंभ

झाला. घोलप उर्मट व उद्धट होता ही गोष्ट खरी; पण त्याला नम्रतेने कुठे वागायचे हेही माहीत होते. येताक्षणीच अत्यंत अदबीने घोलपांनी भास्करला नमस्कार केला. ओळख करून दिल्यावर घोलप म्हणाला,

"भास्करपंत, आम्ही तुमचं नाव फार ऐकून आहोत. तुमची ओळख करून घ्यायची इच्छा होती, म्हणून मुद्दाम आलो. तुम्ही मुंबईत आलात, हे फार चांगलं केलंत. कारण आम्हाला एका चांगल्या संगीतकाराची, दिग्दर्शकाची आणि नटाची आवश्यकता होती. चांगलं दर्जेदार संगीत नाटक काढण्याची आमची इच्छा आहे. नवीन नाटकाची शोधाशोध करतोच आहे, पण नाही मिळालं तर एखादं जुनं नाटक बसवतो. तुम्ही आमच्या कंपनीत यायला पाहिजे."

"न यायला काय झालं? नाहीतरी ते मुंबईला तेवढ्यासाठीच आले आहेत." शिंद्यांनी घोलपांच्या सुरात सूर मिसळला.

"तुमचं संशयकल्लोळमधील अश्विनशेठचे काम मी पाहिलंय बरं का." घोलप मधाळपणे म्हणाले. "तुमची इच्छा असेल, तर आपण संशयकल्लोळसुद्धा बसवू शकतो."

"पण आता काही मी अश्विनशेठची भूमिका करू शकणार नाही. माझा आवाज अजून काही सुधारलेला नाही."

"त्याची काही चिंता करू नका पंत तुम्ही. अहो, हल्ली नाटकातील गाणं असतं किती? दोन-तीन मिनिटं. तेवढं तुम्ही तयारीने सहज करू शकाल."

"तसं कसं करता येईल हो? ही जुनी नाटकं लोक गाण्यासाठीच पाहतात."

"पंत, ते तुम्ही आमच्यावर सोपवा. तूर्त तुमचे एकपात्री प्रयोग चालू होणारच आहेत. संशयकल्लोळचीही जुळवाजुळव करा. एकदा कंपनीत तुम्ही या. आमचा नटसंच बघा आणि हो, मी एक नवीन नाटक काढत आहे. तसं कौटुंबिक आहे, नाटकात आज ह्या घटकेला संगीत नाहीये; पण वाटलं तर घालू की त्यात. त्या नाटकाची चोपडी मी आणली आहे ती वाचून बघा आणि सुचवा कसं काय करता येईल ते."

"खरंच पंत, ही संधी तुम्ही सोडू नका."

"अहो, मी कोठे सोडतोय संधी? पण नाटक तरी कसलं आहे, आपला काही त्या नाटकाला उपयोग आहे का, हे तरी पाहिलं पाहिजे की नाही?"

"तुमचा उपयोग आहे की नाही, हे आम्हाला जास्त माहीत आहे. कस्तुरीला स्वत:ची किंमत माहीत नसते."

"तुमचे नक्की प्रपोजल तरी काय? म्हणजे मला ठरवता येईल."

“म्हणजे असं, तुम्ही आमच्या नाट्यगंधेचे पगारी नोकर व्हा. संगीत दिग्दर्शक, नट, दिग्दर्शक, सल्लागार असले जमेल ते काम तुम्ही करा. तूर्त आम्ही तुम्हाला तीनशे रुपये पगार देऊ. जशी उपयुक्तता वाढेल तसतशी पगारवाढ करू आणि पुढे तुमची इच्छा असेल, तर नाईटप्रमाणं व्यवहार करू. पण सुरुवात करायला काहीच हरकत नाही.”

कुंदा चहा घेऊन बाहेर आली; पण घोलपांनी साधे तिच्याकडे बघितलेसुद्धा नाही. शिंद्यांनींच ओळख करून द्यायचा प्रयत्न केला. परंतु त्या ओळखीचीही फारशी आवश्यकता नव्हती, असा एक अलिप्तपणाचा आणि निरिच्छपणाचा भाव घोलपांच्या चेहऱ्यावर होता. ‘बाई फार चांगले गातात, चांगले काम करतात.’ असे शिंद्यांनी सांगितले. तिकडेही घोलपांनी दुर्लक्ष केले. वास्तविक ते आले होते कुंदाला बघायला आणि तिच्याशीच करार करायला; पण त्यांच्या डावपेचांत असा उघड हल्ला बसत नव्हता. त्या बैठकीत घोलप बरोबर घेऊन आलेल्या करारावर, भास्करकडून सही घेतली गेली. तसा करार साधा होता, नियमितपणे कंपनीच्या तालमींना हॉलमध्ये हजर राहणे, एकंदर तालमींवर लक्ष ठेवणे, करावी लागेल ती भूमिका करणे यापेक्षा जाचक अटी नव्हत्या. अट असलीच तर एवढीच होती की दुसऱ्या कोणत्याही कंपनीत पूर्वपरवानगीशिवाय भास्करला काम करता येणार नव्हते. एवढेच, तर गाव सोडूनही बाहेर जाता येणार नव्हते. भास्करने औपचारिक संमती घेण्यासाठी कुंदाला तो करार आतल्या खोलीत जाऊन दाखवला. का कुणास ठाऊक, आपली काहीच दखल न घेतलेल्या घोलपबद्दल तिचा प्रतिकूल समज झाला, पण तरीही तिने संमती दिली आणि भास्कर नाट्यगंधेचा पगारी सेवक झाला.

भास्करला नियमित उत्पन्नाची गरज होतीच आणि त्याच्या दृष्टीने झाली ही गोष्ट बरीच झाली. ही गोष्ट खरी की आता भास्करच्या एकंदर हालचालींवर निर्बंध आले. संध्याकाळी चार वाजल्यापासून रात्री नऊपर्यंत आणि नाट्यप्रयोग असला तर अकरा-बारापर्यंत तो जखडला गेला; पण अखेरी आपल्या या नवीन जीवनाची सुरुवात करायची असेल, तर आर्थिकदृष्ट्या कोठेतरी पाय रोवला पाहिजे, म्हणून त्याने ही नोकरी पतकरली होती.

पण त्याचबरोबर एक नवा जीवनक्रम भास्करला पत्करावा लागला. नेहमीसारखाच तो लवकर उठे, पूजाअर्चा करून तो रियाजाला बसे. बहुतेक वेळेला कुंदाही त्याच्याबरोबर रियाज करी. सातच्या सुमारास विद्यार्थी शिकण्यासाठी त्याच्याकडे येत. अकरा-बारापर्यंत त्याचा शिक्षावर्ग संपे. मग दोघेजण एकत्र

बसून जेवत. आणि आवराआवर झाल्यानंतर निवांत असा वेळ तेव्हाच मिळे. पूर्वी रात्री शृंगाराची वेळ असे. आता ती माध्यान्ह झाली; कारण रात्री परत यायला भास्करला पुष्कळदा उशीर होई. वामकुक्षी आटोपल्यावर तो चार वाजता नाट्यगंधच्या तालमीला जाई आणि मग कुंदा एकटी राही. तिला एकटी राहायची फारशी सवय नव्हती. त्यामुळे ती बेचैन व्हायची. कधी ती रेडिओ लावून ऐकत असे, कधी तंबोरा घेऊन गायला बसे, तर कधी खिडकीतून रस्त्यावरची वर्दळ पाहत असे. भास्करला उशीर झाला, की फुरंगटून बसे. भास्करचा त्यात काही दोष नाही हे तिला समजत असे; पण ती तरी काय करणार? एकटी बसून तीसुद्धा कंटाळून जायची. भास्कर कितीही दमलेला असला, तरी तो खोट्या उत्साहाने तिची कळी फुलवायचा प्रयत्न करी.

पण हे फार दिवस चालणे शक्य नव्हते. एका नटाचे घरकाम करणारी बायको ही भूमिका तिला बजावायचीच नव्हती. मग ती अधूनमधून त्याच्याबरोबर तालीम हॉलमध्ये जायला लागली. कधी नाट्यप्रयोगांनाही जाऊ लागली. भास्करला म्हणण्यासारखे तसे काही काम नव्हतेच. प्रत्यक्षात कोणतेच नवीन नाटक बसवण्यात येत नव्हते. होती ती सर्व नाटके अगदी सामान्य होती आणि खरे म्हणजे उबग आणण्याइतकी उथळ होती. पण नाटकधंद्यात बॉक्स ऑफिस हे प्रकरण काय आहे आणि त्याचा परिणाम नाटकधंद्यावर केवढा होत असतो, हे प्रत्यक्षातच तो आता पाहत होता. संगीत नाटकांना खरेतर फारसे भवितव्य नव्हतेच. जी काही संगीत नाटके होत होती, त्यांत धंद्यापेक्षा हौसेचाच भाग जास्त होता. जुने गलितगात्र झालेले नट जीव तोडून कामे करीत; परंतु नाटकाला गर्दी बेतासबातच होती. या सर्व जुनाट नटांना, नेपथ्याला छाट देऊन जर तरुण नटनटींनी हे प्रयोग सादर केले आणि रसाकर्षक गाणी गायिली, तर ही जुनी संगीत नाटके चालू शकतील, असे भास्करला वाटू लागले. त्याने एकदा घोलपांकडे हा प्रश्न काढला. घोलप म्हणाले, "बसवू या की एखादं नाटक. तुम्हीच ठरवा! आपल्याजवळ जे नट आहेत त्यांतूनच एक संच बसवा. पेटी, तबला, सारंगी ह्याचे साथीदार आता आपल्या व्यवसायात ठरून गेलेत. त्यांच्याशी मी बोलतो. कोणते नाटक बसवणार? स्वयंवर, मानापमान नको, सौभद्रसुद्धा नको. कारण कसलेले नट अधूनमधून ती नाटके करतात. त्यापेक्षा एखादे नवीन नाटक तयार करा. माझ्याकडे चारदोन स्क्रिप्टस आहेत."

घोलपला खरोखरच संगीत नाटक काढायचे आहे, ह्या कल्पनेने भास्करने ती स्क्रिप्ट्स ताब्यात घेतली, आणि त्याच्या अभ्यासाला आणि चाली शोधायला

आरंभ केला. तो त्याचा काळ फार आनंदात गेला. रियाजाच्या ऐवजी आता नवीन चालींचे संशोधन चालू झाले. कुंदा काही कवयित्री नव्हती, पण त्या चालीला अनुरूप अशी काहीतरी शब्दरचना करून ती त्याला देत असे. चाली खरोखरीच ढंगदार होत्या. गझल, ठुमरी ह्यांसारखा प्रकारसुद्धा त्यात आणण्याचा भास्करने प्रयत्न केला. लोकप्रिय झालेल्या पदांच्याच काही चाली बदलून त्यांना वेगळे रूप दिले. सगळी गाणी हवी त्या ढंगानं कुंदाच्या तोंडात बसली. नायकाचे काम अर्थात भास्कर करणार होता. नायिका कुंदा होती. मुख्य नाटक त्या दोघांवरच आधारलेले होते आणि ते आपल्या आवाक्यात येत आहे, हे पाहिल्यावर त्याने ते सारे घोलपांना सांगितले. तेव्हा कोठे प्रथम घोलपांनी कुंदा ह्या व्यक्तिमत्त्वाची दखल घेतली, पण तीसुद्धा त्रयस्थपणानेच. पण पूर्णपणे नाटक बसवण्याची योजना या ना त्या कारणाने पुढे ढकलली, आणि त्या सुमारासच एकपात्री प्रयोगांचा दौरा शिंद्यांनी जाहीर केला. हा दौरा होणार म्हटल्याबरोबर कुंदा खुषीत आली; कारण पुन्हा एकदा ती प्रसिद्धीच्या झोतात येणार होती. पुन्हा तोंडाला रंग लागणार होता. घरकाम करणारी गृहस्वामिनी आता काही काळ पुन्हा राजकन्या होणार होती. पण ह्या वेळेला ह्या दौऱ्यात भास्कर काही जाऊ शकत नव्हता.

हे अगदी सहज घडले होते, आणि अपरिहार्यही होते. कारण त्याला दौऱ्यावर पंधरा-पंधरा, वीस-वीस दिवस जाऊ देणे हे घोलपांना कसे शक्य होते? शिवाय त्याने आता बरोबर गेलेच पाहिजे, अशी काही परिस्थिती नव्हती. एकपात्री प्रयोग आता घट्ट बसलेले होते. शिवाय शिंदे सर्व काही सोय करणारच होते. गायक, वादक, नेपथ्यकार हा सर्व संच बरोबर जाणारच होता. नाही म्हणायला मदतनीस म्हणून आणि मेकअपमन म्हणून सगुणाबाई दळवी ह्यांना न्यायचे ठरले. एकतर सबंध ग्रुपमध्ये दुसरी कोणी स्त्री नव्हती म्हणून कुंदाला सोबतीची गरजही होती. नट्यांच्या दिमतीला राहणारी स्त्री म्हणून सगुणाबाई विख्यात होती. कपड्यांच्या घड्या करणे, साजशृंगार करून देणे आणि स्त्रीच्या म्हणून ज्या काही अडचणी असतात, त्या निवारण करणे हे त्यांचे काम होते. बाई प्रौढ होत्या. नाटकधंद्यात मुरलेल्या होत्या आणि विश्वसनीय होत्या.

१३

दौऱ्यावर जाताना कुंदा अगदी रडवेली झाली. कारण या वेळेस भास्कर तिच्याबरोबर नव्हता. आता ती एकट्याने आपल्या महत्त्वाकांक्षेचा प्रवास करणार होती. आता तिच्या पाठीवर कोणाचाही विश्वासाचा हात नव्हता. चुकलंमाकलं तर

कोणी सुधारून घेणारे नव्हते किंवा सूचना देणारेही नव्हते. आता ती एकटी होती, म्हणून ती बावरली होती. खरे म्हणजे तिच्याबरोबर जावे असे भास्करलाही वाटत होते. तसा प्रस्ताव त्याने घोलपांजवळ मांडलाही होता. परंतु घोलपांनी तो खुबीने नाकारला. संगीत नाटकासाठी योजना केलेल्या इतर पात्रांच्या तालमींत त्याला गुंतवले आणि शिवाय ते म्हणाले, "त्यांचे दौरे वारंवार होणार. त्यांच्याबरोबर तुम्हाला नेहमी जाता यायचंच नाही. केव्हातरी सराव केलाच पाहिजे त्यांनी एकट्यानं जाण्याचा. तुम्ही काही चिंता करू नका. सगळं काही व्यवस्थित होईल.'' मग भास्करचा नाइलाज झाला. त्याने तिला निरोप दिला. जाताना पत्ता लिहिलेली भरपूर पाकिटं आणि पत्रं तिला दिली. रोजच्या रोज तिला पत्र लिहायला सांगितले.

हा दौरा तसा लांबलचक होता. नगर, नाशिक, धुळे, जळगाव, अकोला, अमरावती, वर्धा, नागपूर, यवतमाळ, चंद्रपूर, सोलापूर, पुणे म्हणजे सुमारे तीन आठवड्यांचा हा दौरा होता. मधले काही प्रयोग अजून ठरवायचे होते. ह्याचा अर्थ आपल्या सुकुमार तरुण पत्नीपासून इतके दिवस त्याला दूर राहायचे होते.

खरे म्हणजे भास्कर कोणत्याही परिस्थितीत जमवून घेण्याइतका लवचीक होता. पण आता कोठे संसाराची जमवाजमव होऊन खऱ्याखुऱ्या अर्थाने त्याला स्थिर आयुष्य मिळाले होते. एकांतात दोघे जेव्हा येत, तेव्हा आक्रमक आणि आसुसलेल्या आपल्या सखीची मिठी त्याला सारे पूर्वानुभव विसरायला लावू शकत होती. कित्येकदा त्याला प्रश्न पडे, की हे सुख आपल्याला मिळायचे होते, म्हणून तर आपला आवाज परमेश्वराने काही काळ घालवला नसेल? कारण तसे झाले नसते, तर दुर्गा नाटक कंपनी नंतर सुलोचना नाटक कंपनी, मग इंदूरचा तो किळसवाणा जीवनक्रम असे काही आपल्या आयुष्यात घडले नसते. हे सारे वादळ आपल्या आयुष्यात येऊनही आपले आयुष्य पुन्हा मार्गाला लागले, याबद्दल तो परमेश्वराशी कृतज्ञ होता. माणगावच्या शांत आणि गरीब जीवनातही तो सुखी राहिला असता. योग्य वेळी त्याचे गरीब मुलीशी लग्न झाले असते. संगीताची साधना करीत उर्वरित आयुष्य शांतपणाने त्याने घालवलेही असते. पण कुंदा नावाची एक सुखद झुळूक आपल्या आयुष्यात आली आणि त्याबरोबर आपले आयुष्य पार बदलून गेले. इतकी कलाचतुर, लावण्यवती, सुशिक्षित तरुण स्त्री आपल्याला मिळावी, हा खरोखरीच आपला भाग्योदय आहे. तिच्या कोणत्याही महत्त्वाकांक्षेच्या आड आपण यायचे नाही; कारण तिला जर महत्त्वाकांक्षा नसती, तर ती आपल्या आयुष्यात आलीच असती कशाला?

आपल्या वयाचा, अशिक्षितपणाचा तिने स्वीकार केलाच कसा असता? वस्तुत: तो तिला एकटे जाऊ द्यायला मनातून तयार नव्हता. कारण त्याला माहीत होते, की देवाने जरी तिला गुण दिलेले असले, तरी ते स्वयंभू नाहीत. तिला आधाराची गरज आहे. किंबहुना तिने आपल्यात शोधलाय तो प्रियकर नव्हे, तर एक आधार! आपण शिकवू तेवढेच ती गाणार, दाखवू तेवढाच ती अभिनय करणार. तिच्यात एक विलक्षण अनुकरणशक्ती होती, ह्यात शंकाच नाही. पण ती निर्मितीशक्ती नव्हती. त्यामुळेच त्याला तिच्या दौऱ्याबद्दल चिंता वाटत होती. तिला शिकवलेले आहे ते ती यथासांग करेल, यात शंकाच नाही. पुष्कळ वेळा अशा येतात, की त्या प्रसंगात निर्णय स्वत:च घ्यावे लागतात. ते ती घेऊ शकणार नाही.

खरे म्हणजे तिला आपण एकटे पाठवायला नको होते. वीस-एकवीस दिवस तिने एकटे राहायचे. नाट्यप्रयोग संपल्यानंतर उरलेला सारा दिवस ती काय करील? सगळी गावे परकी. नाना तऱ्हेचे लोक गावात भेटणार. शिंदे खंबीर आहे. विश्वासू आहे. तरीसुद्धा एकट्या स्त्रीचे रक्षण तिच्या नवऱ्याइतके कोणीच करू शकत नाही. नाटकाच्या जगातली नीतिमत्ता तशी फार ठिसूळ आहे. चांगली चांगली समजली जाणारी माणसे इथे वाहवत जातात. कलेला दाद देण्याच्या मिषाने माणसे जवळीक साधतात आणि त्या जवळिकीचा अर्थ कौतुकाने बधिर केलेल्या विवेकाला समजत नाही. कौतुकाचा दारूसारखा अंमल चढतो आणि ह्या नशेने रसिकशोधार्थ असलेल्या कलावंताचे पाय जमिनीवरून जातात. कोणी हातात हात घेतात, कोणी वयाच्या नात्याचा फायदा घेत पाठीवरून हात फिरवतात आणि त्या रस्त्याला एकदा लागल्यानंतर थांबायचे कसे, हे कळत नाही आणि कुंदा अगदीच अजाण आहे. तिला ह्या तथाकथित रसिकतेचा अर्थ समजणार नाही.

तरीपण मामा शिंद्यांनी त्याला शब्द दिला होता. नाटकाच्या धंद्यात त्याची हयात गेली होती. त्याने प्रत्येक गोष्टीची काळजी घेण्याचे आश्वासन दिले होते; पण अखेरी ते एका नाटकवाल्याचे आश्वासन होते.

कुंदा दौऱ्यावर एकटी गेल्यामुळे भास्कर चिंतेत होता. बारा गावांत वेगवेगळे लोक भेटणार. वर्तमानपत्रांचे वार्ताहर भेटणार. कोणी लांबचे, दूरचे नातेवाईक भेटणार, आणि तशा अर्थाने एकाकी असणारी कुंदा या सर्वांना तोंड देण्यास कितपत चतुर ठरेल, हा त्याच्यापुढे प्रश्न होता. दौऱ्यावरून तिची येणारी पत्रे नियमित होती. पण अगदी जुजबी होती. गर्दी चांगली होती, कौतुक

खूप झाले, दौरा यशस्वी होतो आहे, अशा तऱ्हेचा मजकूर त्याच त्याच भाषेत असे. वास्तविक कुंदा तशी हुशार आणि लिहिण्यात वाकबगार मुलगी होती. तरी तिची पत्रे कोरडी का यावीत, हे काही भास्करला कळले नाही. एकदा त्याला वाटले, की एखादी चिठ्ठी लिहून ठेवावी आणि दौऱ्यात सामील व्हावे. पण आता जमू लागलेल्या स्थिर अशा आयुष्यक्रमात भावनेच्या पोटी व्यत्यय आणावा, असेही त्याला वाटत नव्हते. जवळपास वीस दिवसांनी दौरा संपवून कुंदाची पार्टी परत आली. कुंदाने आल्याआल्या अगदी भाबडेपणाने दौऱ्यातल्या खूप गमती सांगितल्या. त्याची आठवण कशी येत होती, तेही तिने हळहळून सांगितले. पण ज्या वेळी स्नान होऊन ती त्याच्या मिठीत आली, तेव्हा तिचा आवेग ओसरला आहे हे जाणवले. कदाचित तो आपल्या मनाचा खेळ असेल. अशीही समजूत त्याने करून घेतली. कदाचित ती थकलीही असेल. तो खोदून खोदून परंतु सहजगत्या असे अनेक प्रश्न तिला विचारत होता. आणि कुंदा त्याला उत्तरेही देत होती. पण ती काहीतरी हातचे राखून ठेवते आहे, असे मात्र त्याला सारखे जाणवत होते.

एक गोष्ट भास्करला जाणवून गेली ती अशी, की कुंदाला ह्या विजय-यात्रेमुळे आत्मविश्वास आला आहे. तिच्या व्यक्तिमत्त्वात काही बदल झाला आहे. संसारातील तिचे लक्ष कमी झाले आहे, आणि या गोष्टीची तिला स्वतंत्रपणे एका संगीत नाटकात काम करण्याची ऑफर आली, यामुळे त्याची खात्री झाली

वास्तविक नव्या नाटकाची ही ऑफर दौऱ्यातच दिली गेली असली पाहिजे. ही संस्था तशी नवीन होती. पण मुंबईतीलच होती. असे असताना आपल्या संमतीशिवाय आणि सहकार्याशिवाय तिने ही ऑफर स्वीकारलीच कशी, हासुद्धा त्याच्यापुढे प्रश्न पडला. कोणत्या ना कोणत्या रूपाने त्या नाटकाशी आपला संबंध असायला हवा, हे त्याने गृहीत धरले आणि कुंदानेही त्याबद्दल आग्रह धरायला हवा. पण तिनेही तसा आग्रह धरला नाही. त्यामुळे दौऱ्यावर नेमके काय झाले, हे जाणून घेण्याचे भास्करला कुतूहल निर्माण झाले. दौऱ्याबरोबर गेलेले सगळेच वादक तसे त्याच्या परिचयाचेच होते. त्याला मानणारेही होते. एक दिवस नाट्यगंधाच्या ऑफिसमध्ये दुसरे कोणीच नव्हते. तेव्हा कांबळे आपण होऊनच भास्करला म्हणाले,

"तुम्हाला माहीत आहे काय भास्करपंत? आपले साहेब नाशिकच्या मुक्कामात हजर होते."

"कोण? घोलपसाहेब?"

"हो ना. त्यांच्या, बाईंच्या, मामांच्या पुष्कळ बैठकी चालत. एक-दोन नवीन नाटके काढायचं ठरतंय. तुम्हाला माहीतच असेल म्हणा!"

"नाही बुवा."

"असं कसं होईल पंत? तुम्हीच नाटकाचं म्युझिक देणार ना?"

"छे हो! मला कोणी काही बोललेलं नाही. कोठली तरी नवीन कंपनी हे नाटक काढते आहे. त्याला कसं मला म्युझिक देता येणार?"

"तेही खरंच आहे म्हणा! पण मी सांगितलं असं सांगू नका कोणाला. नवीन कंपनी वगैरे सगळे थोतांड आहे. अहो, हे घोलपांचेच फायनान्स आहे."

"अस्सं!"

भास्करच्या डोक्यात नाना शंका गोंधळ करू लागल्या. आपल्याला टाळण्याचा तर हा मार्ग नसेल? कदाचित कुंदाला वेगळे पाडण्याचा घोलपांचा हेतू असेल. घोलप हिकमती होता, उपद्व्यापी होता हे जरी खरे असले, तरी कुंदाला हे सारे माहीत आहे, हे उघडच आहे. तिने सांगितले असते, तरी आपण विरोध करू शकलो नसतो, हेही त्याला कळत होते. पण तिने आपल्यापासून हे सारे गुप्त ठेवावे, यामुळे तो मनातून खंतावला.

दुसऱ्या दिवशी सकाळी रियाजाला बसताना तो सहज म्हणाला,

"नवीन नाटकाच्या तालमी केव्हा सुरू होणार?"

"काही कल्पना नाही. पण होतील चारदोन दिवसांत."

"त्याला संगीत कोण देणार?"

"कोणीतरी राणे म्हणून नवीन संगीतदिग्दर्शक आहे."

"पण या नवीन नाटकाचे ठरलं केव्हा?"

"तसं दौऱ्यात घोलपसाहेब एकदा आले होते. त्यांच्याबरोबर एक नवीन निर्मातेही आले होते. त्यांनी विचारले, मी हो म्हटले. मला वाटलं, एखादी गंमत असेल म्हणून."

"घोलप नाशिकला आल्याचं तू बोलली नाहीस?"

"मला वाटलं, तुम्हाला माहीत असेल. तुम्ही रोज तर ऑफिसमध्ये जाता. शिंद्यांनासुद्धा फायनान्स त्यांच्याच असतो. तसे शिंदे नामधारीच निर्माते आहेत. हा आपला एकपात्री प्रयोगसुद्धा खरा घोलपच फायनान्स करतात."

"तरीसुद्धा नव्या नाटकाची चर्चा झाली, घोलप नाशिकला भेटले, ह्यातलं काहीही माझ्याजवळ बोलली नाहीस."

"कमाल करता तुम्ही! ह्यात सांगण्यासारखं काय आहे? काहीच पक्कं

ठरलेलं नव्हतं.''

"अगं, पण घोलपांनी दौऱ्यावरती येणं तुला सरळ वाटलं?''

"त्यात काय वेडंवाकडं आहे? कंपनी त्यांचीच आहे. दौरा कसा चाललाय, हे पाहणं त्यांचं कर्तव्यच आहे. बरं, ते कधी आमच्या लॉजवर राहत नसत किंवा त्यांची माझी गाठही पडली नाही.''

"मग हे प्रपोजल त्यांनी तुला दिलं केव्हा?''

"नाशिकचा कार्यक्रम संपला तेव्हा जेवायच्या वेळेला घोलपसाहेब आले. त्या वेळेला उभ्या उभ्या त्यांनी हा विषय काढला.''

"कार्यक्रम संपल्यावर म्हणजे रात्री. अशा वेळेला घोलपसाहेब बोलण्याच्या अवस्थेत नसतात.''

"नाही, ते प्यायलेले होते; पण त्यांचे वागणे अगदी सभ्यपणाचे होते. मला त्यांनी ड्रिंक घेणार का विचारलं. मी सांगितलं, मी ड्रिंक घेत नाही आणि दारू घेणारी माणसंही मला आवडत नाहीत.''

"मग ते काय म्हणाले?''

"ते नुसतेच हसले. ते म्हणाले, 'बाई, तुम्ही अजून नवीन आहात ह्या धंद्यात. पण ठीक आहे आपला काही आग्रह नाही.' मग पाच-दहा मिनिटांत ते निघूनही गेले.''

"बस्? बाकी काहीच घडलं नाही.''

"काहीच नाही. म्हणून मी तुम्हाला काही सांगितलंच नाही.''

भास्करने तो विषय सोडून दिला. वरवरच्या शंका तरी फिटल्या होत्या. विषय उगाळण्यात अर्थ नव्हता. भास्करने पुढे रियाजाला आरंभ केला. एकदा सुरांच्या दुनियेत तो शिरला आणि मग ह्या जगातले क्षुद्र लोभ, राग त्याच्या मनातून पळून गेले.

सगुणाचे घरात येणे थोडे वाढलेले आहे, हे भास्करच्या ध्यानात आले; पण त्यात आश्चर्य वाटण्यासारखे काही नव्हते. कारण वीस-पंचवीस दिवस सगुणा दौऱ्यात कुंदाच्या बरोबरच होती, तेव्हा त्यांची ओळख पक्की झाली असणार हे अगदी सहज शक्य होते. सगुणाबाई नाट्यक्षेत्रात तशी परिचित स्त्री होती. तिच्याबद्दल थोडा धाकही वाटत असे. दिसायलाही ती पुरुषी होती. बोलायला गोड होती. खूप अघळपघळ ती बोलायची. नाना हकिगती सांगायची. तिने नाट्यक्षेत्रातले खूप आयुष्य पाहिले होते. अनेक नट, नट्या, निर्माते ह्यांच्याशी तिचा संबंध आला होता. तिच्या बोलण्यात खूप गमतीच्या हकिगती

येत. मध्यंतरी अनेक वर्षे भास्कर नाट्यक्षेत्राला दुरावला होता. त्यामुळे सगुणाबाईंची खरी ख्याती त्याला माहीत नव्हती, आणि उघडउघडपणे ती सांगण्याची कोणाची हिंमत नव्हती. तिचे वागणे आपुलकीचे होते. थोडे वात्सल्याचेही होते. तिच्या वागण्यातला पुरुषीपणा पाहून तिच्या वाटेला कोणी सहजगत्या जाईल, असे वाटत नव्हते. सगुणाबाईसारखी जबरदस्त बाई कुंदाबरोबर असणे भास्करच्या दृष्टीने फार सुरक्षितपणाचे होते. तरीसुद्धा सगुणाबाईचे रोज रोज घरी येणे त्याला थोडे खटकत होते. ती साधारणत: तो नाट्यगंधाच्या ऑफिसमध्ये जायला निघे, त्या वेळी येई. आणि बहुतेक वेळा तो परत यायच्या वेळेला गेलेली असे. कारण तिला नाटकाची वेळ गाठायची असे. पण नाटक नसले, की ती मुक्काम करी. सगुणाबाईला नवरा होता. घर होते, तरीसुद्धा ती अशी आपल्याकडे का राहते, हा प्रश्न भास्करला पडायचा. भास्कर त्यावरून चेष्टासुद्धा करायचा. तेव्हा ती म्हणायची,

"घरी जाऊन काय करायचं मालक? ना मूल ना बाळ! आमचे नवरोजी दारू झोकून रात्री-अपरात्री येतात आणि सारी झोप खराब करतात. तुमच्यासारख्यांचं ठीक आहे. तुम्ही साधे. कुंदाताई तशा एखाद्या देवतेसारख्या आहेत." असे म्हणत कधीकधी ती कुंदाला जवळ घ्यायची. तिची दृष्ट काढल्यासारखी कानावर बोटं मोडायची आणि तिचा मुकासुद्धा घ्यायची. अशा वेळेला कुंदा पुरुषाने मुका घ्यावा तशी लाजायची. तेव्हा मात्र भास्करला आश्चर्य वाटायचे. कधी कधी सगुणा जेव्हा घरी राहायची तेव्हा वास्तविक नवराबायको एका खोलीत झोपायचे आणि सगुणाने स्वयंपाकघरात किंवा व्हरांड्यात झोपायचे; त्याऐवजी भास्करचा बिछाना व्हरांड्यात घातला जाई. अशा वेळेला त्याला सगुणेचा राग येणे स्वाभाविक होते. मग सगुणाबाई मिस्कीलपणे म्हणायची, 'पंत, माझ्यामुळे तुमची गैरसोय होते. बाकी एक बरं आहे, माझ्यामुळे कुंदाताईंना सुट्टी तरी मिळाली.'

मध्यंतरी दोन-तीन दिवस सगुणा आलीच नाही. त्या वेळेस कुंदाची बेचैनी पाहून भास्कर अस्वस्थ झाला. कुंदा म्हणाली,

"एकदा बघून यायला पाहिजे हो तिच्याकडे. का नाही आली बिचारी कोणास ठाऊक?"

"अगं, नाही आली तर नाही आली. तू काय तिची एकटीच मैत्रीण आहेस? कितीतरी नट्यांशी तिची मैत्री असेल. त्यांचीही कामं ती करतेच की नाही?"

"मुळीच नाही. त्यांची कामं करीत असेल. पण माझ्यावर बाईचा फार जीव आहे."

"मलाही तेच आश्चर्य वाटतं."

"आश्चर्य कसलं त्यात?"

"खरं म्हणजे मला हेवा वाटतो."

"हेवा? तो कशासाठी?"

"ती असली म्हणजे तू खुषीत असतेस."

"एवढंच ना?"

"एवढंच नाही. ती असली की तू सरळ माझ्याकडे दुर्लक्ष करतेस. मला चक्क बाहेरच्या व्हरांड्यात हाकलून देतेस."

"छे! काहीतरी काय बोलता हो? कोणी ऐकलं तर काय म्हणेल? बिचारी इथं येऊन चार-दोन दिवस राहते. दुर्दैवी आहे बिचारी!"

"तू काही म्हण कुंदा, तुझं माझ्याबद्दलचे प्रेम कमी व्हायला लागलंय."

कुंदाचा चेहरा गोरामोरा झाला. तिचा आवाज चिरकला. ती म्हणाली, "असं काय बोलता भलतंच काहीतरी?" आणि तिच्या डोळ्यांत एकदम पाणी आले. त्याबरोबर भास्करही बावरला. त्याने तिला जवळ घेतली आणि म्हणाला,

"अगं, चेष्टा केली तुझी. एवढं काही मनाला लावून घेऊ नकोस."

आणि तेवढ्यावरच ह्या प्रकरणाचा पडदा पडला.

* * *

कुंदाच्या नवीन संगीत नाटकाच्या तालमींना सुरुवात झाल्याबरोबर कुंदा आणि भास्कर बरोबरच बाहेर पडत. तिला तो तालीम हॉलमध्ये सोडी आणि बाहेरच्या बाहेर तो नाट्यगंधाच्या ऑफिसमध्ये जाई. त्याच्या मनात अस्वस्थता होती ती दोन कारणांसाठी. एक त्यांच्या दोघांच्या घराचे घरपण आता पुष्कळ कमी झाले होते. इतके दिवस कुंदा त्याची सावली होती. आता तिला स्वतंत्र अस्तित्व प्राप्त झाले होते. रात्री परत यायला तिला दहा-अकरा वाजत असत. कधी कधी तो तिच्या आधीही आलेला असे. तो आधी आला तर तत्परतेने तो स्वयंपाकाची सिद्धता करीत असे. जेवण-जेवण म्हणजे काय, साधे भात-आमटी, पिठले. कधी कधी सकाळचे उरलेले असे. त्यात थोडीशी भर घालावी लागे इतकेच. त्याला स्वयंपाक करताना पाहून कुंदा कधी कधी संकोचली जाई. पण हळूहळू ती नित्याचीच गोष्ट होऊ लागली. भास्करची त्याबद्दल तक्रार नव्हती. कारण हे तो गृहीत धरून होता. कलावंत म्हणून जर स्वतंत्रपणे दोघांना जगायचे असेल, तर दोघांनी एकमेकांना सांभाळले पाहिजे, हे त्याला मान्य होते.

पण जसजसे नाटक बसत आले, तसतसा तिला अधिक उशीर होऊ लागला आणि कधीकधी तर काहीतरी खाणे झालेय, थकलेय या सबबीखाली ती जेवेनाशी झाली. अशा वेळेला मात्र भास्करला घर खायला यायचे. त्याने कष्ट करून गरमगरम जेवण तयार करून ठेवलेले असावे आणि त्याला ते एकट्यालाच खावे लागे याची खंत वाटे. आरंभी आरंभी त्याचे जेवण होईतो ती थांबायची. नंतर आवराआवर करायची. पण नंतर ती म्हणायची, 'तुम्ही जेवून घेत जा.' आणि त्याने जेवून घेतलेले नसले, तरीसुद्धा ती अंथरुणावर पडायची आणि चक्क झोपी जायची. मुंबईच्या उकाड्यात तिच्या अंगावर कपडे अगदी मोजके असत. तिचे ते अर्ध-आवृत लावण्य पाहून भास्करची वासना चेतवायची. मग तो तिला जागं करायचा प्रयत्न करायचा. पण ती हट्टीपणाने मुळीच दाद द्यायची नाही. बरेच दिवस झालेले असले तर मग अगदी कर्तव्य पार पाडले पाहिजे अशा प्रकारे ती अर्धवट झोपेतच त्याला शरीराचे दान करी. पण त्यात पूर्वीचा पुढाकार नसे आणि एकताही नसे. जागरण झालेले असले, की ती पूर्वीसारखी लवकर उठत नसे. भास्कर मात्र एकटाच उठून रियाजाला बसे. ती केव्हातरी उठायची. चहा करून द्यायची. केव्हा त्याने चहा करून दिला, तर मग उठून प्यायची. रियाज जवळपास संपला होता. ती उठून घरातले थोडे कामधाम करून झाले, की तिच्या नव्या नाटकातल्या चाली घोटवत बसायची. तीही वेगळ्या खोलीत. तिने आपण होऊन त्याला कधी त्या चाली गुणगुणून दाखवल्या नाहीत आणि किंवा काही विचारले नाही आणि त्यानेही स्वाभिमानाने तिला काही विचारले नाही. एखादा दिवस मात्र असा जायचा, की तिच्याबरोबर सगुणा रात्री आलेली असे. त्या दिवशी तिला जेवणात उत्साह वाटायचा. केलेले पदार्थ पुरेसे असले, तरी एखादा झणझणीत पदार्थ ती करायची. गप्पा मारत मग जेवणे व्हायची. त्या वेळेस ती खुषीत आहे असे भास्करला जाणवायचे. नंतर भास्करची पथारी व्हरांड्यात जायची. मग त्यांची बराच काळ गुणगुण चालायची. ही आली की कुंदाची झोप कशी जाते, त्याचे भास्करला आश्चर्य वाटायचे. एक दिवस काही कारण नसताना चौकसपणा जागा झाल्यामुळे त्याने मधला दरवाजा ठोठावला आणि 'पाणी हवंय' म्हणून सांगितले. कुंदाला दरवाजा उघडायला वेळ लागला आणि पाणी देतानासुद्धा तिने दरवाजाच्या फटीतून तांब्याभांडे दिले. तेवढ्याशा जागेतून आणि अपुऱ्या प्रकाशातून त्याने डोकावून पाहिलंच. तेव्हा कुंदाने नुसतेच एक पातळ गुंडाळलेले आणि सगुणा एक पातळ पांघरून पाठमोरी झोपलेली होती हे त्याला दिसले. त्याला काही ते दृश्य आवडले नाही; कारण

एरवीसुद्धा कुंदा अशी अपुऱ्या वस्त्रांत त्याने कधी पाहिलेली नव्हती. रात्री किंवा दिवसा ती दोघेही एकत्र आली, की तृप्तीच्या क्षणानंतर ती सर्व आवरासावर करी आणि पूर्ण साडी नेसून मग झोपत असे. भास्करला हे सारे खटकले, पण त्याचा अन्वयार्थ काही त्याला समजला नाही.

१४

मागच्या दौऱ्याचा हिशेब देताना मामाने अंगचोरपणा केलाच होता. दौरा फारसा यशस्वी झाला नाही, असे त्यांचे म्हणणे. त्याने फक्त तीन हजार रुपयेच भास्करच्या हातावर ठेवले. 'दौरा यशस्वी होण्याचा आमच्या मोबदल्याशी काय संबंध?' असा प्रश्न जेव्हा भास्करने केला, तेव्हा मामा म्हणाले, "आमचीही अडचण तुम्ही ओळखली पाहिजे. तुम्ही तर नाटकवाले आहात. तुम्हाला माहीत आहे, चार दिवस चांगले, चार दिवस वाईट असायचेच. आणि तुम्ही एक विसरू नका, की माझ्यामुळे हा दौरा झाला. माझ्यामुळेच ही जागा तुम्हाला मिळाली. नाहीतर तुम्हाला एवढे ॲडव्हान्स पैसे कोण देणार होते?" मामांनी उपकार केले होते ही गोष्ट खरी; पण दौऱ्याचा दिलेला हिशेब खोटा होता, हेही तितकेच खरे होते. कारण त्याने दौरा यशस्वी झाल्याची खात्री करून घेतली होती. अकोला, अमरावती येथे तर सहा सहा हजार उत्पन्न झाले होते. काही ठिकाणी हाऊसफुल्ल झाले नाही तरीपण तीन-चार हजार रुपये मिळाले. असे असताना मामांनी आपल्याला बरीच मोठी टांग मारावी, ही गोष्ट भास्करला खटकली. भास्करनेही ही गोष्ट ताणून धरली. त्याने सांगितले, "मामा, तुम्ही ठरल्याप्रमाणे मला एकूण एकवीस हजार रुपये द्यायला हवेत. एकवीस प्रयोग झाले. सर्व प्रयोग उत्तम झाले याबद्दल मी खात्री करून घेतली आहे. शिवाय या पैशाची मला गरजही आहे. मी चार पावसाळे या व्यवसायात काढलेले आहेत, हे विसरू नका. खरंतर मागच्यासारखेच मी हे पैसे अगोदर घ्यायला हरकत नव्हती. पण तुमचा व्यवहार चांगला आहे, सरळ आहे, या भरंवशावर मी काहीच बोललो नाही. तुमच्याशी मला काही वाद करायचा नाही, कारण तुम्हाला माहीत आहे, की हा लेखी करार नाही. तुम्हाला किती पैसे मिळाले याच्याशी मला कर्तव्य नाही. तुम्हालाही चांगले पैसे मिळाले आहेत, निदानपक्षी तुम्ही पागडी देण्यासाठी जे पैसे आगाऊ दिलेत, ते तरी फिटले पाहिजेत की नाही?"

"भास्करराव, तुम्ही फार ओढून धरता. हे बरोबर नाही. अहो, इतक्या तरुण गायिकेला दिडशे रुपये नाईट ही काय कमी झाली? एवढे तर आम्ही

मोठमोठ्या नटांना देत नाही.''

''ते सगळं ठीक आहे. पण तरीही तुम्ही आमचे हक्काचे पैसे दिले पाहिजेत.''

''अहो, पण करार कुंदाताईंशी झाला आहे. त्यांच्याशी बोलू आपण.''

''तिला काय विचारायचं? आणि तिला ह्या व्यवहारातलं काय कळतंय? आणि शिवाय असे पाहा, हा करार तुम्ही माझ्याशी केला आहे. तिच्याशी नाही.''

''ठीक आहे. तुमच्याशी करार केला आहे असं समजू. पण त्यांचा हिस्सा त्यांनी सोडून द्यायचं कबूल केलं, तर मानणार की नाही?''

''तिचा हिस्सा? तिचा असा वेगळा हिस्सा कधीपासून झाला? ती आणि मी काय वेगळे आहोत? आणि ती अखेरी आहे कोण? माझीच निर्मिती ना? आज ती जी काय करते आहे असं वाटतं, त्यात तिचं काय आहे? मीच तिला घडवली. ते जाऊ दे. मला चर्चा करायचीच नाही. मला उरलेले अठरा हजार रुपये मिळायला हवेत.''

''तुम्ही अगदी हमरीतुमरीवर आलेले दिसता?''

''हमरीतुमरीवर येण्याचा प्रश्न नाही. हा साधा जगण्याचा प्रश्न आहे. आम्ही जगलो तरच ना तुमचा धंदा चालणार? बरं, मी तरी काही जगावेगळं मागतोय का? जे पैसे आमच्या कष्टानं आम्ही मिळविलेत त्याचा फक्त न्याय्य वाटा मागतोय. तुम्हीही पंचवीस-तीस हजारांची माया या व्यवहारात केलीत. होय की नाही? मग तुम्ही असा कंजूषपणा करणं बरोबर नाही. आम्हाला जरा संधी द्या मामा, पैशाच्या मखरात तुम्हाला मढवून टाकू.''

मामांनी मोठ्या नाखुषीने भास्करचा सारा हिशेब चुकता केला. जागा घेण्यासाठी घेतलेले सर्व पैसे आता चुकते झाले. शिवाय आणखी थोडीशी रक्कम शिल्लक राहिली. मुंबईत स्थिर व्हायला ही एवढी गंगाजळी पुरेशी आहे, असे भास्करला वाटले. आणि ते बरोबरही होते.

व्यवहार पुरा करताना मामा रुष्ट होऊन म्हणाले, ''साहेबांना हा व्यवहार आवडणार नाही.''

''साहेबांना म्हणजे कोणाला? घोलपसाहेबांनाच ना?''

''हो ना! अहो तेच खरे माझ्या व्यवसायाचे सूत्रधार आहेत. कलावंतांचे काहीतरी पैसे अंगावर राहिले पाहिजेत, अशी त्यांची सक्त ताकीद आहे. नाहीतर कलावंत शेफारतात. म्हणून तर ते कधी लेखी करार करीत नाहीत. हा करार करताना आम्हाला तुमची भीती नव्हती, भीती वकिलांची होती.''

"का हो मामा? ह्या नवीन संगीत नाटकाचा काही करार तरी झालाय की नाही?"

"अहो, ह्या संगीत नाटकाचा आणि घोलपसाहेबांचा काही संबंध नाही."

"मामा, मला तुम्ही थापा मारू नका. मी काही ह्या क्षेत्रात अगदी अडाणी नाही. घोलप नाशिकच्या मुक्कामात आले होते, ही गोष्ट तुम्ही मला सांगितली नाहीत."

"त्यात काय सांगायचं? ते नेहमीच दौऱ्यावर येतात."

"आणि त्यांनी परस्पर बाईंशी नाटकाबद्दल बोलणी केली, हीही गोष्ट लपवलीत."

"ती लपवण्याचा प्रश्नच नव्हता. शिवाय बाईंना आपण स्वतंत्र कलावंत मानतो. त्यांनी हवंतर आपल्या नवऱ्याची किंवा अन्य कोणाची परवानगी घ्यावी. तुमचं नवरा-बायकोचं नातं खाजगी आहे. आम्हाला त्याच्याशी काय करायचं आहे?"

"तुमचं म्हणणं खरं आहे. तुम्हाला त्याच्याशी काहीच करायचं नाही. ह्या नाटकी दुनियेत कोणी नवरा-बायको, भाऊ-बहीण नसतातच; असतात ते फक्त नर आणि मादी, खरं की नाही?"

लोक आपल्याकडे नेमके कोणत्या नात्याने पाहतात व आपले मोजमाप कोणत्या व कशा प्रकारे करतात हे शोधण्याचा चाळा भास्करला लागला होता. आपला आवाज जर पूर्वीप्रमाणे नाट्यसंगीतासाठी उपयुक्त असता, तर हेच नाटकवाले आपल्या पायावर डोके ठेवून वाकले असते. शिवाय नाट्यक्षेत्रात ज्याला यश म्हणतात तेही म्हणण्यासारखे आपण मिळवलेले नाही. जे काही थोडेफार यश मिळवल्यासारखे वाटतेय, ते म्हणजे त्रिवेणी हा कुंदाचा एकपात्री प्रयोग, कुंदासारख्या एका अननुभवी तरुणीकडून आपण हा नाट्यप्रयोग बसवून घेतला, ह्यात आपले नेमके कर्तृत्त्व किती? हे नाट्यप्रवेश पूर्वी मोठमोठ्या गायकांनी गाजवलेले आहेत. कुंदाचे तरुण वय आणि लोभस रूप यांचाही या नाट्यप्रयोगाच्या यशात मोठा वाटा आहे. आपल्याला अशा तऱ्हेचा प्रयोग यशस्वी होईल असे वाटले आणि आपल्याला जुन्या नाटकांचा जमाना ज्ञात होता, एवढेच काय ते आपले खरे कर्तृत्व. कुंदाच्या गळ्याला शोभतील आणि तिला पेलतील एवढाच नाट्यगायनाविष्कार आपण योजला; पण यात काही चातुर्य आहे, योजकता आहे, हे काही प्रेक्षकांनी मानण्याचे कारण नाही. गायनकला माहीत असलेला परंतु गायक म्हणून यशस्वी न होऊ शकलेला असा एक अयशस्वी नट हीच आपली कमाई. अखेरी कुंदाचा नवरा म्हणूनच का आपल्याला नाट्यसृष्टीत मानले जाणार आहे, का घोलपांच्या नाट्यसंस्थेतला एक हरहुन्नरी

सांगकाम्या एवढीच आपली योग्यता आहे? एखादा वादक आला नाही तर साथीला बसायचे, एखादा नट आला नाही तर त्याची जागा आयत्या वेळी घ्यायची किंवा बदली नटांकडून ठीकठाक कामे बसवून घ्यायची, यापेक्षा फारसे काही आपण करू शकत नाही. त्यापेक्षा एक गायनशिक्षक म्हणून आपण जर निष्ठेने काम करत राहिलो, तर आज ना उद्या काही ना काहीतरी यश आपल्या पदरात पडेल, शिवाय आवाजावरही पुन्हा आपली मांड बसेल. सगळे काही डोक्यात आहे पण गळ्यातून स्वर काढता येऊ नयेत यापेक्षा गायकाचे दुर्दैव ते काय? पण आल्या परिस्थितीला तोंड तर दिले पाहिजे. जे काही थोडेफार आपले गुण आहेत, त्यांचा जास्तीत जास्त उपयोग आपण केला पाहिजे. केवळ एक नाटक्या म्हणून जगण्यात काही अर्थ नाही. जगन्नाथबुवा अनायसे मुंबईत आहेत. त्यांनी जर अनुग्रह केला, तर गायनकला वाढवावी, हा विचार त्याने पक्का केला. पण हे करत असताना संसाराची किमान जबाबदारी आपल्याला स्वीकारली पाहिजे. नाहीतर नटीचा नवरा अशी उपाधी आपल्याला कायमची चिकटेल. तीही उपाधी त्याने हसतमुखाने स्वीकारली असती; नाही असे नाही, पण त्यासाठी कुंदाने लहानमोठ्या यशापेक्षा गायिका किंवा समजदार नटी म्हणून आकांक्षा बाळगायला हवी की नको? आज ज्या नाटकात ती काम करते आहे, ते नाटक कदाचित चालेलही– कारण कोणती नाटके चालतात आणि कोणती पडतात, हे काही निश्चित आधी ठरवता येत नाही. या नाटकातील यशामुळे कुंदाला चार पैसे मिळतील, पण तिचा लौकिक काही वाढणार नाही. ती गुणगुणताना त्याने त्या नाटकाच्या गाण्याच्या चाली ऐकल्या होत्या, आणि त्या चाली अगदी थिल्लर आणि पोरकट वाटत होत्या. त्या चालींत घरंदाजपणाही नव्हता किंवा फारसे नावीन्यही नव्हते. पण हल्ली प्रेक्षकांची अभिरुची बदललेली आहे, तेव्हा कुंदाचे हे नाटक चालेलही! नाटक चालले तर व्यावसायिक दृष्ट्या कुंदाचा भाव वधारेल; पण अभिनयात वा गाण्यात तिचा ठसा उमटणार नाही. जर तिने आपल्याशी काही चर्चा केली, तर निदान तिची गाणी आपण सुधारून घेऊ. संगीत नाटकातील संगीत हे नाट्यवस्तूशी आणि नाट्याभिनयाशी एकरूप व्हावे लागते. कुंदाचे आणि आपले नाते दिवसेंदिवस विसविशीत होत चाललेय; पण त्यासाठी आपण काही करू शकत नाही, ह्या जाणिवेने त्याला अतिशय दुःख झाले.

१५

कुंदाच्या 'स्वरदेवता' ह्या नवीन संगीत नाटकाचा पहिला प्रयोग शिवाजी

मंदिरात जाहीर झाला, तेव्हा सगळा निरुत्साह झटकून टाकून भास्कर त्या प्रयोगाला हजर राहिला. अर्थात कोणाच्या लक्षात येणार नाही अशा तऱ्हेने तो वावरत होता. नटराजाची पूजा झाली, तेव्हा कोणाला तरी त्याची आठवण झाली. कुंदालाही थोडे चमत्कारिक वाटले. स्वतंत्रपणे आपण काम करीत असलेल्या नाटकाच्या पहिल्या प्रयोगाच्या आधी आपण गौरवाने त्याला 'या' असेही म्हटले नाही; म्हणून तिने भास्करची शोधाशोध करायला माणसे पाठवली. भास्कर तिथे गेल्यानंतर एकदम तिला उमाळा दाटून आला. नाटकाच्या पहिल्या प्रयोगाच्या आधी माणसे थोडी हळवी होतातच; पण त्याहीपेक्षा भास्कर काही केवळ आपला नवरा नाही, तर गुरूसुद्धा आहे ह्या जाणिवेने ती अधिक भावनावश झाली होती. ती चक्क वाकून त्याच्या पाया पडली आणि थोडी सद्‌गदितही झाली. कलाप्रेमी माणसे भावनाप्रधान असतात. सारा पूर्वेतिहास विसरून भास्करसुद्धा गहिवरला. त्याने तिला चक्क सगळ्यांसमोर जवळ घेतले आणि तिला शुभेच्छा दिल्या. गाताना स्वर लावायच्या वेळेस कशी काळजी घ्यायला पाहिजे, हेही तेवढ्यात त्याने सांगितले. ह्या नाटकाचे संगीत दिलेले मोरे चटकन पुढे आले. त्यांनाही काय वाटले कोणास ठाऊक, त्यांनी पण वाकून नमस्कार केला. घोलप, मामा शिंद्यांशी काहीतरी बोलत होते. पण त्यांचे सारे लक्ष ह्या गोष्टींकडे होते. गुरुभक्तीचा हा सोहळा त्यांना फारसा आवडलेला नव्हता. त्यांच्या लेखी भास्कर त्यांचा आश्रित होता. पण ह्या घटकेला तो मूर्तिमंत रंगदेवतेच्या स्वरूपात रंगमंचावर उभा होता. मोरे ह्यांच्या आग्रहावरून तो पिटमध्ये बसावयास तयार झाला.

नाटक सुरू झाले. अधूमधून प्रेक्षक दाद देत होते. एका उडत्या चालीला वन्समोअरही मिळाला. पण एकूण नाटक काही लोकांच्या मनात घर करून गेलं नाही. कारण नाटकाला एक विस्कळीतपणा होता. जुन्या जमान्यातील एक गायक नायकाची भूमिका करीत होते आणि झालेली गर्दी मुख्यत्वेकरून त्यांच्या गाण्यासाठीच होती. त्यांचे गाणे हा नाटकाचा प्राण आणि त्यांचे गाणे त्यांच्या हिशेबात उत्तम. त्यात आक्रमकता होती, आणि स्वरांची हुकमतही होती. परंतु नाटकाच्या हिशेबात त्यांचे गाणे बेहिशेबी होते. म्हणूनच नाटकाला रंग भरत नव्हता. नाटक संपले, पण अतृप्त मनाने लोक परत गेले. केवळ गाणे ऐकण्यासाठी आलेले जुने लोक संतुष्ट झाले. पण एकूण प्रेक्षक खूश नव्हते. घोलपांच्या टेक्निकप्रमाणे नाटकाची परीक्षणेही चांगली लिहून आली; कारण सगळे पत्रकार त्यांच्या मुठीत होते. पण केवळ वर्तमानपत्री प्रसिद्धीवर काही नाटके चालत नाहीत, हे कळण्याइतके ते चतुर होते. नाटक संपल्यावर नाटकाचा चौथा अंक

सुरू झाला. वास्तविक नाटकाशी भास्करचा तसा संबंध नव्हता. तेव्हा ह्या अंकात सामील व्हायचे तसे कारण नव्हते. पण मोऱ्यांनी आग्रह केला आणि घोलपांचीही इच्छा दिसली म्हणून थोडा वेळ थांबायचे भास्करने कबूल केले. एकीकडे नटवर्ग मेकअप पुसत होता. कपड्यांची आवराआवर सुरू होती आणि रंगपटातल्या एका खोलीत नाटकाचा चौथा अंक रंगात येत होता. भास्कर आपण होऊन ह्या नाटकाबद्दल काही बोलणे शक्यच नव्हते. नायकाचे काम झालेले गायक नट मेकअप उतरवून ह्या मैफिलीत सामील झाले. त्यांच्या मागोमाग कुंदाही हळूच येऊन बसली. नाटकाची प्रशंसा चालू होती. कुंदा येताक्षणीच कुंदाच्याही प्रशंसेची भर पडली. खरेतर मनातील मळमळ व्यक्त करण्यासाठीच हा चौथा अंक केला जातो. नाटककार सावंत आणि तरुण संगीत दिग्दर्शक ह्यांना काही बोलायचे होते. पण घोलपांच्या समोर बोलण्याची त्यांना हिंमत होत नव्हती. स्वप्नावर जगणारी ही दुनिया स्वप्नाबाहेर येण्याचा फारसा प्रयत्न करत नव्हती. झालेल्या थोड्याफार कौतुकाच्या बळावर नाटकाची दुनिया बेहोष व्हायला नेहमीच तयार असते. मोऱ्यांनी पुन्हापुन्हा विचारले,

"पंत, नाटक कसं काय वाटलं? म्युझिक कसं काय आहे?"

बोलावं की बोलू नये ह्याचा क्षणभर भास्कर विचार करीत होता. तेवढ्यात घोलप नाटकी आवाजात म्हणाले,

"पंतांना काही नाटक आवडलेलं नाही."

"असं का म्हणता साहेब?"

"तुम्हाला आम्ही विचारलं नाही. आधी चाली दाखवल्या नाहीत. तालमींनाही कधी बोलवले नाही, तेव्हा राग असणार तुमचा ह्या नाटकावर?"

"घोलपसाहेब, आपण इतकी वर्षे नाटकांत काढलीत. पण कलावंतांचं मन काही तुम्हाला समजलेलं दिसत नाही. अहो, एकदा धूप लावला, नटराजाची प्रार्थना केली आणि पडदा उघडला की आम्ही माणसं स्वतःला हरवून जातो. असले क्षुद्र राग-लोभ आम्ही ठेवीत नाही. कोणाचंही असलं तरी नाटक यशस्वी होओ अशी आम्ही मनोमन प्रार्थना करतो. आम्हालाही प्रेक्षकांच्या समोर उभं राहायचं असतं. प्रेक्षकांना आनंद द्यायचा असतो. ही एक यात्रा आहे. सर्व वारकऱ्यांचं लक्ष ज्याप्रमाणे विठ्ठलमंदिराच्या शिखराकडं लागलेलं असतं, तसंच खऱ्या कलावंताचं मन रंगदेवता प्रसन्न राहण्याकडे असतं. मी या नाटकात आहे किंवा नाही, ह्यावर नाटकाचं मत अवलंबून नाही."

मोरे उत्साहाने म्हणाला, "सांगा ना, तुमचं नाटकाबद्दल मत सांगा."

"सांगतो ना! पण पहिली गोष्ट, तुम्ही गैरसमज करून घेता उपयोगी नाही. नाटक एकदा पूर्ण बसलं, की त्यात फारसे बदल करता येत नाहीत. नाटक बसवतानाच तुम्ही विचारलं असतं, तर मी काही सूचना केल्या असत्या. पसंत पडल्या असत्या, तर तुम्ही त्या स्वीकारल्या असत्यात आणि कदाचित नाटकाची रंगत वाढली असती. पण ते असो. आहे या नाटकात काय करता येईल ते सांगतो. नाटक नीटसं बसलेलं नाही. नाटकातील महत्त्वाचे दोन-तीन प्रसंग उत्कट होत नाहीत. ह्या उत्कट प्रसंगांच्या वेळेस गायक नायकाच्या गाण्याची लांबण फार वाढते. त्यामुळे रसहानी होते. ही काही मैफल नाही, तेव्हा गाणे कितीही चांगलं असले, तरी ते हिशेबातच म्हणायला पाहिजे. नाटकातल्या काही चाली चांगल्या आहेत. विशेषत: नायकाच्या. त्या मानाने बाईच्या चाली इतक्या चांगल्या नाहीत. पहिल्या अंकात तरी निदान एखादं ठाय लयीतले गाणं असायला हवं. त्यामुळे आवाजाची जात, गायकाची तयारी प्रेक्षकांच्या ध्यानात येते. गाणं हेसुद्धा संवादाचाच भाग असतो. सुरांसाठी गायकांना पुढं यावं लागतं. नाट्यप्रवेशातून ते वेगळे झाल्यासारखे वाटता कामा नयेत. अधूनमधून ज्याला उद्देशून गाणं म्हटलेलं आहे, आणि ज्या भावनेचं गाणं आहे, तसा अभिनयही केला पाहिजे. एक गाणं संपून, दुसरं गाणं चालू होईपर्यंत झालेले संवाद ठाकठिकीने आणि ऐटीने मांडले पाहिजेत. शब्दांना प्राण नसेल तर तो अभिनयानं ओतला पाहिजे. खरं म्हणजे ह्या नाटकाच्या तालमी पुन्हा घेतल्या पाहिजेत."

खरे म्हणजे ह्या स्पष्टोक्तीने सारेचजण थोडे आश्चर्यचकित झाले. नाटकाच्या चौथ्या अंकात हे परखड बोलणे कोणाला आवडत नाही. असे असूनसुद्धा, मनातून किंचित नाराज झालेले नायकाचे काम करणारे नटवर्य आत्माराम शेंडे म्हणाले,

"पंत, तुम्ही म्हणता त्यात थोडा अर्थ आहे. पुन्हा तालमी करायला काही हरकत नाही."

"मला वाटतं, आता हा सर्व खटाटोप फुकट आहे. नाटक चांगलं बसलं आहे. चार-दोन प्रयोगांनंतर त्यात सफाई येईल. आता तालमीचा उपद्व्याप करण्यात काही मतलब नाही. कारण येत्या रविवारीच संघात आपला प्रयोग आहे." घोलप म्हणाले.

नटवर्य शेंडे म्हणाले, "घोलपसाहेब, तुमची प्रयोगाची घाई नेहमीच असते. पण अशा घिसाडघाईने नाटकाच्या क्षेत्रात वावरण्याचा काही फायदा नाही. अजून तीन-चार दिवस आहेत. बऱ्याच दिवसांनी माझं नवं नाटक रंगभूमीवर आलं आहे. मला काही धोका पत्करायचा नाही. तालमी करणं मला आवश्यक

वाटतं. तुम्ही मोडता घालू नका. कोणीतरी अधिकारी माणसानं सूचना केली, तर ती मानायला आपण शिकलं पाहिजे. अहो, भास्करपंत ही लहानसहान आसामी नाही. ते तुमच्या कंपनीत आहेत आणि तुम्ही त्यांची साधी सल्लामसलत घेत नाही. ते काही नाही. तालमी नसतील, तर मी नाटकात कामच करणार नाही.''

घोलप निर्विकार मुद्रेने म्हणाले, ''ठीक आहे. केव्हा जमायचं? सांगा सगळ्यांना. मला काय, तुम्हालाच पुन्हा कष्ट पडतील.''

''कष्ट कसले ह्यात? हे करायलाच पाहिजे. काय मोरेसाहेब, बरोबर की नाही?''

मोरे मनातून नाराज झाले. दुसऱ्याचा आपल्या चालीत हस्तक्षेप होतोय, ही त्यांना भीती वाटत होती. तेवढ्यात भास्कर हसत म्हणाला, ''चाली बदलायच्या नाहीत. शिवाय नाटकाची चौकटही बदलायची नाही. जे काही आपण केलेलं आहे, ते पुन्हा ठाकठीक करून घ्यायचं एवढंच आपलं काम आहे. आपण तिघेचौघेजण सकाळी थोडावेळ बसू. काय काय करायचं ते मी तुम्हाला समजावून सांगतो. तुम्हाला जेवढे पटेल तेवढेच बदल आपण करू.''

दुसऱ्या दिवशी सकाळी सावंत, मोरे आणि पेटीवादक कांबळे हे भास्करच्या घरी आले. भास्कर नुसते शब्दाने बोलत नसे, तर प्रत्यक्ष करून दाखवी. तेव्हा खोलीतले वातावरण भारावले. प्रथम मोरे जरा तिऱ्हाइताप्रमाणे साऱ्या गोष्टींकडे पाहत होता, पण जसजसा भास्कर प्रत्येक प्रवेशातल्या नव्या जागा, गाणे म्हणण्याची ढब करून दाखवू लागला, तसतसा तोही रंगू लागला. मग कुंदाच्या सर्व गाण्यांची उजळणी झाली, आणि कुंदाच्याही लक्षात आले की तेच स्वर तीच चाल सजीव करून जात आहेत. शेवटी नाट्यसंगीतातही गाण्याला काही अर्थ असतो. गाणे जर नाटकात एकजीव व्हायचे असेल, तर गायक नटाने केवळ स्वरात गुंतून चालत नाही तर त्या आशयाशी स्वरांचे नाते जोडून घ्यावे लागते.

सावंत आणि मोरे दोघेही एक्साइट झाले होते. कुंदा परत भास्करची शिष्या झाली. त्याचे तर काहीच नाही, पण जेव्हा प्रत्यक्ष तालीम हॉलमध्ये नाटकाची तालीम सुरू झाली, तेव्हा भास्करची प्रत्येक सूचना शेंडेसुद्धा जशीच्या तशी स्वीकारू लागले. भास्करचे शिकवणे सोपे होते. वेळ थोडा आहे याची त्याला जाणीव होती. केवळ आपले शहाणपण दाखवण्यासाठी त्याने भलत्याच सूचना केलेल्या नव्हत्या. नायक-नायिकांच्या उत्कट प्रसंगांच्या वेळेस त्याने वेगळा लाघटपणा निर्माण केला. गाण्यासाठी केलेली घोडदौड थांबवली. गाणे चालू असताना इतर नट निर्विकारपणे उभे राहत. त्यांनाही त्याने काही बिझनेस दिला. नाटकाची रंगीत तालीम चांगली आठ-नऊपर्यंत चालली. घोलप डोकावून

गेले. पण सर्व काही सुरळीत चाललेले पाहून त्यांनीही काही व्यत्यय आणला नाही. तोच दिवस नव्हे तर अगदी रविवारपर्यंत तालमीची दौड झाली. सारीच माणसे भारावल्यासारखी वावरत होती. रविवारचा संघातला प्रयोग कल्पनेबाहेर रंगला. वास्तविक बाह्यत: भास्करने नाटकात काही बदल केला नव्हता. तरीसुद्धा शब्द, सूर, घटना, नेपथ्य, साथ या साऱ्या गोष्टींना एकरूपत्व लाभले होते. नाटकात जसजसा रंग भरत गेला, तसतशी नटांची कळी खुलू लागली. नाटक संपले. काही रसिकप्रेक्षकांनी आत येऊन शेंडेंचे, कुंदाचे, सावंतचे, मोरेचे कौतुक केले. त्या वेळेला भास्कर मंदिराच्या बाहेर येऊन सिगारेट ओढत उभा होता. कोणीतरी बोलावलं म्हणून भास्कर आत गेला. मेकअप उतरवून शेंडे जायच्या तयारीत होते. भास्करला पाहताच ते म्हणाले,

"पंत, तुमचा मी ऋणी आहे. ह्या लोकांना तुमची कदर नाही. तुमच्यासाठी काहीतरी करावं अशी इच्छा आहे. रागावणार नसलात तर एक छोटीशी भेट देऊ काय?"

भास्कर लाजला आणि म्हणाला,

"तुम्ही बुजुर्ग माणसे, मला कितीतरी वडील आहात. तुम्हाला मी काय शिकवणार?"

"नाही नाही. असे म्हणू नका हा पंत. गाणं निराळं, नाटकात काम करणं निराळं, आणि शिकवण्याची कलाही वेगळी. उगीच नाही काही लोक वासुदेवराव केळकर, देवलमास्तर, चिंतामणराव यांचं कौतुक करीत. कृपालोभ असू द्या. आठवण म्हणून एक छोटी अत्तराची कुपी देतो. तिचा स्वीकार करा."

भास्कर आणि कुंदा घरी परतली. कुंदाला खूप काही बोलायचे होते, पण काय बोलावे हेच तिला कळत नव्हते. गेल्या चार दिवसांत भास्करचे तिने एक वेगळे दर्शन घेतले होते आणि आज शेंड्यांसारख्या श्रेष्ठ गायकाने केलेला गौरवही तिने पाहिला. घरी पोचल्याबरोबर तिने दार बंद केले आणि भास्करला मिठीत कवळीत ती म्हणाली,

"लोकांसाठी एवढा रंग उधळून टाकलास आणि माझ्यासाठी मात्र काहीच रंग ठेवीत नाहीस ना रे?"

भास्कर हसला आणि म्हणाला, "जे काही माझं आहे, ते सारं तुझंच आहे. तुला फक्त त्याची आठवण राहायला हवी, आणि हे बघ, मघाशी शेंड्यांनी त्यांच्या खास ठेवणीतलं अत्तर दिलं आहे." अत्तराची कुपी बाहेर काढत त्याने अत्तर तिच्या हाताला, मानेला एवढंच नव्हे तर गालाला लावले. आणि तो

म्हणाला,

"अत्तराचीसुद्धा गंमत असते. त्यालासुद्धा चोळावं लागतं; त्याशिवाय त्याचा गंध दरवळत नाही.''

कुंदा लाजली आणि त्याच्या मिठीत शिरली. तारुण्य, सुगंध आणि समर्पण ह्यांच्या भारात भास्कर गुदमरून गेला आणि त्याच्या मनातील सारी किल्मिषे केव्हाच दूर झाली.

१६

भास्कर आणि कुंदा ह्यांच्या संसारात झालेला दुरावा थोडा कमी झाला. कधीकधी ती पूर्वीपेक्षा जास्त आवेगाने त्याच्या मिठीत येई. पण तो आवेग भास्करला नाटकी वाटायचा. कुंदाला कदाचित पराधीनत्वाची जाणीव झाल्यामुळे तिचा अहंकार थोडा थबकल्यासारखा झाला होता. आपल्या गुणावगुणांची पारख भास्करला आहे तेवढी अन्य कोणालाही नाही, हे कळल्यामुळे आणि त्याचा प्रत्यक्ष अनुभव आल्यामुळे, तिचे वागणे थोडे बदलले असेल, असे भास्करला वाटले. तिच्या या नव्या नाटकातील गाणी बसवून घेण्यासाठी भास्करने जी मेहनत घेतली, तिचा फायदा तिला मिळाला होता. नाटकाची वाढलेली रंगत पाहून ते तिच्या लक्षात आले होते. तिच्या मनात खरा बदल झाला होता तो लोकप्रिय आणि प्रौढ असणाऱ्या शेंड्यांनी भास्करबरोबर वागण्यात जो बदल केला होता त्यामुळे.

हे नाटक थोडसे स्थिरावले. मग हे नाटक दौऱ्यावर जायचे ठरले. ह्याही दौऱ्यावर भास्कर जाऊ शकत नव्हता. परंतु या दौऱ्यात कौतुकाची बाब ती एकटीच नव्हती. हे एक नाटक होते म्हणून नाटकाच्या यशात अनेकांचा वाटा होता. शेंड्यांसारखा प्रौढ गायक नट तिला अधूनमधून का होईना, गाण्याची तालीम देऊ शकणार होता. युक्तिप्रयुक्तीने ह्या दौऱ्यावर कुंदाबरोबर सगुणाने जाऊ नये अशी नाट्यगंधा संस्थेत जाणेयेणे असल्यामुळे भास्कर व्यवस्था करू शकला. तिच्याऐवजी दुसरीच एक सहायक स्त्री तिच्याबरोबर गेली. जाताना कुंदा नाराज होती, आणि परतल्यावरही काही काळ चिडचिडल्यासारखी वागत होती. परतल्यानंतर सगुणेची तिची गाठ पडली आणि तिला घेऊन ती घरी आली, तेव्हा ती चिडचिड कमी झाली आहे हे त्याच्या लक्षात आले. सगुणाही बोलकी, अनुभवी स्त्री असल्यामुळे तिची संगत पुष्कळ नट्यांना आवडत असेल, अशी भास्करची प्रथम कल्पना होती. पण कुंदाचे आणि सगुणाचे परस्परांविषयीचे

आकर्षण वेगळ्या पातळीवरचे आहे, असे भास्करला जाणवायला लागले. याबद्दल काही उघड विचारावे तरी पंचाईत होती. बरे न विचारावे तर नवरा-बायकोच्या संबंधात व्यत्यय आणणारी ही मैत्री होती. पूर्वी कुंदाचा जो स्वभाव होता त्यात जो बदल झाला आहे, तो यशामुळे की आणखी कशामुळे, याचा विचार करणेही आता भास्करने सोडून दिले. जे आहे ते स्वीकारायचे, कटुता येऊ द्यायची नाही, स्वीकारलेली ही जबाबदारी प्रयत्नपूर्वक रेटून न्यायची, हे त्याचे धोरण होते. एक सुरांचेच जग असे होते, की त्या बाबतीत विसंवाद नव्हता. त्या दुनियेत अन्य सुखदुःखांचा हिशेब करावाच लागत नव्हता. कान्हेरेबुवांनी शिकवलेले गाणे पुनःपुन्हा घटवत त्याला पैलू पाडावेत, काही नवीन चिजा बांधायचा यत्न करावा, जे चार-दोन विद्यार्थी त्याच्या गायन शाळेत येत होते त्यांना इमानेइतबारे शिकवावे, कुठे गाण्याची बैठक असली तर तिथे कोपऱ्यात बसून शांतपणे नव्या सुरांचे आकार समजून घ्यावेत. कोठे आपल्या योग्यतेप्रमाणे गाण्याचा आग्रह झाला, तर आदब राखून गायला बसावे. एरवी संध्याकाळी सारा वेळ नाट्यगंधेच्या ऑफिसमध्ये दिसेल ते काम करावे असा त्याचा दिनक्रम होता. नवी संगीत नाटके काही रोज रोज निर्माण होत नाहीत. म्हणून खूप काही करावेसे वाटत असले आणि खूप काही सुचत असले, तरी गुदमरून निष्क्रिय राहण्यावाचून त्याच्या दिनक्रमात फरक होत नव्हता. चार-दोनदा मागितल्यानंतर तुकड्या-तुकड्यांनी घोलप पगार हाती देत. कुंदाच्या नाईटचे हिशेब आता तो मागेनासा झाला. संसाराचा गाडा इतक्या अपुऱ्या मिळकतीवर चालवणे अशक्य होते. आईला पाठवायची शंभर रुपयांची मनिऑर्डर तो कोणत्याही परिस्थितीत पाठवीत असे. त्याला कसलेच व्यसन नव्हते किंवा कसला शौक नव्हता. धोतर, जाकीट, झब्बा हा त्याचा वेष. आणि म्हटले तर पानाचे व्यसन. त्याच्या ह्या वेषामुळे तो अधिकच वयस्कर वाटायचा, कुंदा त्याला पँट, बुशशर्ट घालायचा आग्रह करायची; पण एकुलती एक पॅन्ट-बुशशर्ट तो आवश्यक तेव्हाच घालायचा. कुंदाच्या आधुनिक जगाशी त्याचे वागणे, बोलणे, पेहराव थोडा विपरीत वाटे. घरी असो वा दारी असो, कुंदाला आपण नटी आहोत हे विसरता येईना. अगदीच एखाद्या सार्वजनिक समारंभाला किंवा प्रेक्षक म्हणून नाटक बघण्याचा प्रसंग येई, तेव्हाच दोघे जोडीने जात आणि कुंदाला शोभेल असे दिसायचा आणि वागायचा तो प्रयत्न करी.

एक मर्मज्ञ गायक मुंबईत कायमचा स्थायिक झालेला आहे, ह्याची चाहूल रसिक वर्गाला लागली होती, आणि म्हणून श्रीमंत रसिक अधूनमधून पत्ता शोधत

भास्करच्या बिऱ्हाडी येत; पण भास्करला मैफली गाजवता येत नव्हत्या. खुल्या आवाजात गाण्याइतका त्याचा आवाज अजून काबूत आलेला नव्हता. खाजगी चर्चेत गुणगुणून दाखवताना किंवा गाणे समजून देताना भास्करचे कर्तृत्व लक्षात येई. काही माणसांच्या नरड्यात परमेश्वराने गाणे दिलेले असते, काही माणसांच्या ते हृदयात दिलेले असते, तर काही थोड्यांच्याच ते डोक्यात दिलेले असते. चांगला गळा असणे ही दैवाधीन गोष्ट आहे किंवा बुद्धिजन्य गाणे समजणे आणि तेथे प्रतिभा अवतरणे हेही दैवाधीन आहे; पण गाण्यातील भावना पकडून गाणे रंगवणे हे केवळ माणसाच्या अधीन आहे. भास्कर समरसून गायचा, चमत्कृतिपूर्ण गायचा, पण हे सारे गाणे ज्या गळ्यातून यायचे, तो गळा मात्र त्याच्यावर रुसलेला होता. कान्हेरेबुवांनी सांगितलेले उपचार आणि साधना केल्यामुळे त्याचा गळा थोडाफार त्याच्या आवाक्यात आला होता, तरीही दासाप्रमाणे वाकून, नम्र होऊन हवे ते स्वर त्याच्या गळ्यातून बाहेर पडू शकत नव्हते. आयुष्यातल्या आपल्या एका उन्मत्त प्रणयकाळाची ती शिक्षा आहे, असे भास्कर मनाने समजत होता.

१७

सारा आयुष्यक्रम अळणी आणि बेचव झाला होता. शिखरावर चढण्याची मनाची उभारी असावी आणि पायांनी साथ देऊ नये, म्हणजे ज्याप्रमाणे गगनाचे भेद घेणारी ती शिखरे शत्रुस्थान वाटतात, तसेच अनेक दुर्लभ स्वर त्याला शत्रुस्थानी वाटू लागले. परिस्थितीशी भांडण्याचा स्वभाव नव्हता म्हणून तो भांडूही शकत नव्हता. खचल्यासारखा, उदासीन, अतृप्त असा भास्कर ह्या महानगरीत खालच्या मानेने वावरत होता.

त्या मानाने माणगावामधील आयुष्य दरिद्री असेल पण सुखी होते. गाव छोटेसे होते. कीर्तनकार म्हणून वडिलांनी मिळवलेली प्रतिष्ठा होती. कान्हेरेबुवांसारख्या ज्येष्ठ गानमहर्षींचा सहवास होता. तरुण लहान मुलामुलींना शिकवताना बागेतल्या फुलांशी खेळण्याचा आनंद मिळत होता आणि त्या ठिकाणी एका मुसमुसणाऱ्या तारुण्याने त्याला प्रेमाचा कोमल स्पर्श दिलेला होता. स्त्रियांच्या उष्टावलेल्या स्पर्शापेक्षा तो लाघवी आणि तरुण स्पर्श किती वेगळा होता! आयुष्याच्या पराभूत अवस्थेचे त्याने एका विजयात रूपांतर केले होते. थबकलेल्या आयुष्याला गती मिळाली. रंगमंचाचा प्रकाश दिसला. कौतुकाच्या जगात प्रवेश मिळाला. पण ती छोटी दुनिया बघता बघता उद्ध्वस्त झाली. मिळाली ती साथ नव्हती

किंवा आश्रयही नव्हता. तो एक उघड उघड व्यवहार होता. कोणालातरी उंच जायचे होते आणि त्या उंच जाण्याच्या वाटेवर केवळ जिना होण्याचे त्याच्या नशिबी आले होते.

कुंदा तशी काही असामान्य बुद्धीची मुलगी नव्हती किंवा तिला काही लोकविलक्षण कला किंवा अभिनयाची समज होती असे नाही. टिपकागदाप्रमाणे सांगू ते ग्रहण करण्याची तिला शक्ती होती. त्या तिच्या ग्रहणशक्तीच्या बळावर तर त्रिवेणीला अभूतपूर्व असे यश मिळाले होते. तिच्या हातून आणखी काय काय घडेल हा विचार, केवळ नवरा म्हणून नव्हे तर गुरू म्हणून त्याच्या मनात येत असे. एखाद्या मातीच्या गोळ्यातून सुंदर मूर्ती घडवली जाते, पण त्याचे कर्तृत्व मातीकडे नसते, मूर्तिकाराकडे असते. मूर्तिकार अदृश्य असतो. दिसते ती मूर्तीच. मग पुष्कळांचा असा गैरसमज होतो, की मूर्तिचे सौंदर्य हा मातीचाच गुणधर्म आहे, आणि त्या मातीलाही वाटू लागते, की सौंदर्य हाच आपला स्थायिभाव आहे. सौंदर्याची उपासना करणाऱ्या कलावंताला मात्र साधनापासून कला वेगळी करता येत नाही. कुंदाबद्दलचे आकर्षण भास्करच्या मनातून कमी होणे शक्यच नव्हते. कुंदा हे त्याचे एकमेव साधन होते. जे काही आपल्याला जगापुढे करून दाखवायचे आहे, ते कुंदाशिवाय अपुरे राहील ही भीती त्याच्या मनात येई. कुंदा आपल्याला समजून घेऊ शकेल, या भरवशावर आयुष्य रेटून नेलेच पाहिजे. त्याशिवाय आपल्याला पर्यायच नाही, ह्या निर्णयापर्यंत भास्कर आलेला होता.

चरितार्थासाठी भास्करला दुसरे काहीच करता येण्यासारखे नव्हते. गाणे— फार तर नाटक— ह्या त्रिज्येतच फिरणे त्याला भाग होते. गाणे त्याच्यावर रुसलेले होते आणि नाटकाच्या जगाचे दरवाजे मूर्ख माणसांच्या ताब्यात होते. त्यांच्या कृपेनेच ते उघडले तर उघडणार होते. घोलप, मामा शिंदे ह्यांसारख्या मंडळींबरोबर वावरणे भास्करला क्रमप्राप्त होते. घोलप आपल्याला आपल्या लायकीप्रमाणे काम देत नाहीत, आपल्याला कुजवून ठेवतात, हे सर्व भास्करला समजत होते. फारशी वाच्यता न होता अधूनमधून होणाऱ्या जुन्या संगीत नाटकांच्या प्रयोगांत त्याला लहानसहान भूमिका मिळत असत, पण त्या गद्य भूमिका करून त्याला मुळीच संतोष वाटत नव्हता. पंचवीस-तीस रुपये नाईट त्याचे कोणतेच प्रश्न सोडवत नव्हत्या. फक्त त्याला नाटकाच्या जगात राहायला निमित्त देत होत्या.

कुंदाला मात्र वेगवेगळ्या भूमिका देऊ केल्या जात होत्या. त्या भूमिकांबाबत फारशा काही अपेक्षाही नसत. नटीचे सौंदर्य, तारुण्य, नखरा, विभ्रम आणि

नाटककाराच्या बाष्कळ कोट्या किंवा भावनोद्दीपक, रडवणारे प्रसंग एवढे त्या नाटकांना पुरत असे. ती नाटके तशी बरी चालत असत. कुंदा नाही म्हटले तरी महिन्यातून दहा-पंधरा दिवस बिझी असे. त्यामुळे तिची कमाई हजाराच्या आसपास होत असे. संसाराचा भार पुरुषाने घ्यावा अशी भास्करची कितीही अपेक्षा असली, तरी ती स्वीकारण्यास भास्कर असमर्थ होता. त्याला मिळालेल्या पैशातून आईला शंभर रुपये पाठवल्यानंतर उरलेली रक्कम नीटपणे वहीत टिपून ठेवून ती तो कुंदाच्या ताब्यात देत असे. दोघांचे मिळून एकच जॉइंट खाते होते, पण भास्करने चुकूनसुद्धा कधीही चेकवर सही करून पैसे काढले नाहीत. आत्ताच्या भास्करच्या परिस्थितीस न शोभणाऱ्या किंवा न दिसणाऱ्या वस्तू कुंदा खुशाल घेऊन येत असे. आल्या-गेल्याला बसण्यासाठी व्हरांड्यात दिवाण व बैठकीच्या खोलीत कॉट आली. घरात नवीन झुळझुळीत पडदे दिसू लागले. कुंदाच्या अंगावरच्या साड्या तर नेहमीच भारी असत आणि त्या तिला शोभूनही दिसत. मूळची ती सुंदर होतीच. पण गर्द रंगाच्या सिफॉन, जॉर्जेट, इंदूरी साड्यांत ती अधिक सुंदर दिसत असे. ह्या साड्या तिने बापाकडून येतानाच आणल्या असतील, असा गैरसमज भास्करने करून घेतला होता; पण जेव्हा त्याने एकदा नवीन दुकानाचा छाप असलेल्या मुंबईच्या कापड दुकानातील पार्सले पाहिली, तेव्हा त्याचा भ्रमनिरास झाला. 'एवढे पैसे खर्च करणे आपल्याला कसे परवडणार', असे एकदा कुंदाशी बोलावे असे भास्करच्या मनात आले. पण ते बोलण्याचे धाडस काही त्याला होईना. कारण काहीही बोलायला गेलो आणि पटकन ती म्हणाली, 'तुम्ही तर माझी हौस पुरवीत नाही. माझी मी मिळवते आणि खर्च करते', तर आपण काय उत्तर देणार, हा त्याच्यापुढे प्रश्न होता. शिवाय त्याच्या साधेपणाचीही ती चेष्टा करण्याची शक्यता होती. आपला साधेपणा परिस्थितिजन्य आहे, हे तो तिला सांगू शकत नव्हता. कारण सुलोचनाबाईंच्या संगतीत असताना कितीतरी चैनीचे पोषाख त्याला पेहरायला मिळाले. बाईचे तो खेळणे होता आणि आपले खेळणे सुंदर असले पाहिजे एवढ्यासाठी बाई नटवीत असत. पण पुढे जेव्हा बाईंचा स्वभाव, वागणे आणि आपले नाते स्पष्ट होत गेले, तेव्हा भडक आणि श्रीमंती जीवनाची त्याला शिसारीच आली. त्यानंतर कधीही त्याने रेशमी कपडा वापरला नाही. सोन्याची बटणे वापरली नाहीत किंवा आपण होऊन अत्तरही विकत घेतले नाही. ती एके काळच्या लाजिरवाण्या जीवनाची प्रतिक्रिया होती आणि आजही एका स्त्रीच्या मिळकतीवरच आपण चैन करावी, हे त्याला पटण्यासारखेच नव्हते. म्हणून साधेपणाचे नाटक केल्यावाचून त्याला गत्यंतरच

नव्हते. काही काळ रंगभूमीवर वावरलेला तो नट होता. छानछोकी काही काळ त्याने भोगलेली होती. एके काळी स्त्रियांच्या नजरेत भरण्यासाठी चांगले पोषाख करावे आणि एखाद्या गुलछबू माणसाची प्रतिमा निर्माण करावी, असा दिनक्रम त्यानेही भोगला होता. पण त्या साऱ्याच जुन्या आठवणींबद्दल त्याच्या मनात विलक्षण किळस होती. पण एक दिवस जेव्हा कुंदा त्याच्यासाठी रंगीबेरंगी पॅन्ट आणि मॅनिला घेऊन आली, तेव्हा मात्र तो एकदम अस्वस्थ झाला. त्याच्या डोळ्यांत नाराजी प्रकटली. ती नाराजी पाहून कुंदा म्हणाली,

"का, कपडे आवडले नाहीत?"

"न आवडायला काय झालं? पण आपल्याला परवडायला हवेत की नाहीत?"

"त्याची चिंता तुम्ही करू नका. मी समर्थ आहे सारं करायला."

"अगं, पण हा सारा खर्च करण्यासाठी तुला पैसे मिळतात तरी किती?"

"काय करायचं आहे त्या चौकशा करून? कोणासाठी आपल्याला पैसे राखून ठेवायचे आहेत? आजचे दिवस काही पुन्हा येणार नाहीत. दिवसेंदिवस आपण तरुण तर होणार नाही? या वयातच आपण मजा करायला हवी."

"पुढची काही चिंता करायला नको?"

"कशाला चिंता करायची?"

"उद्या मुलंबाळं झाली म्हणजे?"

"ती मी होऊ देणारच नाही."

"म्हणजे?"

"मुलं आली की गर्भारपण आलं, मुलं सांभाळणं आलं आणि लवकर म्हातारंही व्हायला होणार. मला मुलं अजिबात आवडत नाहीत. मला नाटकात कामं करायची आहेत, म्हणून तरुण राहायला हवं, सुंदर दिसायला हवं. नाहीतर मला कोण नाटकात काम देणार?"

"पण नाटकात काम करणं एवढं का महत्त्वाचं आहे की ज्यापुढे मुलं, संसार, नवरा ह्यांना काहीच किंमत नाही?"

"मुलांना निश्चितच नाही. नवऱ्याला आहे आणि संसारालाही आहे. म्हणून तुम्हाला व मला तोंडाला रंग फासून नाटकात कामं करायलाच हवीत."

"का बरं? नाटकात काम करायचं अजिबात थांबवलं, तर असं काय बिघडणार आहे? मला पैसे कमी मिळतात ही गोष्ट खरी आहे. पण पाच-सहाशे रुपये सहज मिळतात. तेवढ्यात गरिबीने आपला संसार सहज होईल."

“गरिबीत मला मुळीच राहावयाचं नाही. माझ्या आयुष्यात कधीही कळकटपणा मी येऊ देणार नाही. मी तर सुंदर, तरुण आणि सुखात राहायला हवीच; पण मला शोभायला तुम्ही सुंदर आणि तरुण दिसायला हवेत. तुम्ही धोतर काय नेसता, ते गबाळं जाकीट काय घालता!”

“म्हणजे तुला असं म्हणायचं आहे–”

“नाही नाही, मला काही म्हणायचं नाही. तुमच्या जुन्या पॅन्ट-मॅनिल्यावरून मी हे कपडे शिवून आणलेत. हेच कपडे घालून तुम्हाला माझ्याबरोबर वावरायला हवं. निदान मी तुमच्याबरोबर असताना तरी तुम्ही गबाळं राहिलेलं मला आवडणार नाही.”

भास्कर अवाक् झाला. त्याला काय उत्तर द्यावे हेच समजेना. मनात आलेला राग गिळून टाकण्याचा त्याने प्रयत्न केला.

जो आयुष्यक्रम सुलोचनेच्या संगतीत त्याला घालवावा लागत होता, त्याच आयुष्याची पुनरावृत्ती होत आहे, हे त्याने ओळखले. फक्त त्या वेळेला आपण उघडउघड व्यवहार करणाऱ्या एका गणिकेचे प्रेमपात्र होतो. आत्ताची स्त्री प्रौढ नाही. गणिकाही नाही. चांगली आपली लग्नाची बायको आहे. पण लहानसहान सुखे मिळवण्यासाठी कशाचेही दान करायला ती कमी करणार नाही.

कशाचेही दान करायला ती कमी करणार नाही, ही कल्पना डोक्यात आल्याबरोबर भास्कर एकदम शहारला. आपली बायको नटी आहे. तिच्यावर चोवीस तास पहारा करणे आपल्याला शक्य नाही आणि इच्छाही नाही. नाटकाच्या निमित्ताने अनेक नटमोगऱ्या माणसांच्या संगतीत ती राहणार. नाटकाच्या निमित्ताने का होईना ती दुसऱ्याच्या प्रेयसीची, पत्नीची भूमिका वठवणार, नाटकाच्या नायकावर प्रेम करणार, त्याच्या मिठीत जाणार, हे सारे त्याने गृहीत धरले होते. नाटकाच्या व्यवसायात हे अटळ आहे, हे त्याला कळत होते. पण हे सारे नाटकापुरतेच मर्यादित आहे, अशी त्याला खात्री होती. एका कुलशीलवान घराण्यात जन्म पावलेली ही मुलगी, चारित्र्य आणि नीती ह्याचे संस्कार घडत आलेली ही स्त्री, आज नाटकाच्या क्षेत्रात येऊन वर्ष-दोन वर्षे झाली नाहीत, तोवरच शरीरव्यवहाराची भाषा करीत असेल, हे त्याला खरेच वाटले नाही. ती कितीही बोलली तरी तिच्या हातून वावगे काही होणार नाही. ह्या विश्वासावर तर त्याचा संसार उभा होता.

तिचे आपल्यावर कदाचित प्रेमही नसेल किंवा आपला आणि तिच्यातील विजोडपणा तिच्या लक्षात आला असेल; पण तरीही तिने अग्निसाक्ष समंत्रक आपल्याशी लग्न लावले आहे, ह्याचा विसर तिला पडलेला नाही अशी जी

खात्री त्याने बाळगलेली होती, त्या गोष्टीलाच आज तडा गेला. तिची प्राप्ती आणि तिचा खर्च यांत ताळमेळ नाही, हे त्याला स्पष्ट दिसत होते. मग हे पैसे ती मिळवते कसे?

साऱ्याच गोष्टींचा समोरासमोर खुलासा करून घेण्याची भास्करला हिंमत नव्हती. ह्या गोष्टींचा सोक्षमोक्ष लावण्याचा प्रयत्न केला, तर त्याची अखेर ताटातुटीतच होणार, हे कोणी सांगण्याची आवश्यकता नव्हती.

१८

असे काही दिवस गेले आणि एक दिवस नाटकाचा प्रयोग संपवून ती घरी आली. दरवाजा उघडल्याबरोबर तिला आधार देत सगुणा तिला घेऊन घरात आली. ती येताक्षणीच तिची ही अवस्था मद्यपानामुळे झाली आहे, हे त्याच्या लक्षात आले. दारू ही गोष्ट त्याला नवीन नव्हती. कारण सुलोचनेच्या संगतीत असताना तिच्या आग्रहावरून त्याने कधीकधी मद्य घेतले होते. मद्य घेण्याची आज हिला हिंमत कशी झाली, ह्याचा भास्करला अचंबा वाटला. तिला फाडफाड काहीतरी बोलावे, जमेल तर कठोर शिक्षा करावी, असे त्याला वाटले. पण काही ऐकण्याच्या स्थितीत कुंदा नव्हतीच. सगुणानेही खुणेने त्याला तसे काही करू नका, अशी विनंती केली. नाइलाजाने त्याने राग गिळला. सगुणा तिला घेऊन आतल्या खोलीत गेली. आणि तिने तिला बिछान्यावर झोपवले. क्षणार्धात ती बेहोशीत झोपी गेली. ती झोपलेली पाहून सगुणा व्हरांड्यात आली. आणि म्हणाली,

"पंत, बाईंच्यावर तुम्ही रागाऊ नका, त्यांची दारू घ्यायची मुळीच इच्छा नव्हती. पण घोलपसाहेब नाटक संपायच्या वेळेस रंगपटात आले आणि घरी सोडतो म्हणाले, म्हणून आम्ही त्यांच्याबरोबर बाहेर पडलो. ते आम्हाला घेऊन सरळ आपल्या घरी गेले. 'उशीर झालेला आहे, घरी लवकर सोडा' अशी बाईंनी खूप विनंती केली; पण ते म्हणाले, 'तुमचे पाच-सहा नाईट्सचे पैसे थकलेत ते द्यावेत म्हणून तर तुम्हाला घरी आणले.' मी बरोबर होतेच; तेव्हा तसली काही भीती नाही, म्हणून बाई तयार झाल्या. मग आम्ही घरी गेलो. घोलपसाहेबांनी गेल्यागेल्या पैसे काढून दिले आणि म्हणाले, 'आम्हाला जरा कंपनी द्या.' त्यांनी स्कॉचची बाटली काढली आणि तीन पेले तयार केले. बाईंनी सांगितले की दारू आपण पीत नाही. तेव्हा घोलपसाहेब हसले आणि म्हणाले, 'नाटकाच्या धंद्यात राहून दारू पीत नाही ह्याला काय अर्थ आहे?' बाईंनी खूप सांगितले, की अजून मी दारूला स्पर्शसुद्धा केलेला नाही. तेव्हा घोलप म्हणाले, 'अहो, केव्हातरी

सुरुवात ही करायलाच पाहिजे.' बाईंनी ठाम नकार दिला. मी पण सांगितले, की 'पंतांना ते आवडणार नाही', तेव्हा ते नुसते हसले आणि म्हणाले, 'पंतांना आवडण्याचा काय संबंध? तुम्ही स्वतंत्र कलावंत आहात, मिळवत्या आहात, तुम्ही अगदी त्यांच्या आज्ञेत राहिलं पाहिजे असंही नाही. शिवाय असं पाहा, ते तुमचे पती आहेत ही गोष्ट खरी. आम्हालाही त्याचा अभिमान आहे. पण आम्हीही तुमचे निर्माते आहोत. आम्हीही तुमच्यासाठी काही केलं आहे. तुमच्यासाठी हे नाटक बसवलं. नाटक काही फारसं चालत नाही, हे तुम्हाला माहीत आहे. पण तोटा सहन करून तुमच्यासाठी ते चालवतो, तुमच्यासारख्या गुणी नटीला पुढे आणले पाहिजे, संधी मिळायला पाहिजे ह्या भावनेनं आम्ही धडपडत आहोत. आमच्या तुमच्याकडून काही अपेक्षा नाहीत. मी साधं तुम्हाला म्हणालो, की आमच्यासाठी एक घोटभर मद्य घ्या, थोडी कंपनी द्या; तर तुम्ही सरळ स्वच्छ नकार देता. एवढाही तुमच्यावर आमचा अधिकार नसेल तर आमचं चुकलं. पुन्हा आम्ही असला आग्रह तुम्हाला करणार नाही.' बाईंनी खूप गयावया केली, समजावण्याचा प्रयत्न केला. पण घोलप काही ऐकेचनात. बाईंनी कदाचित असा विचार केला असेल, की घोटभर दारू घेण्याने काय होतेय? पण पुन्हा असा प्रसंग येऊच द्यायचा नाही म्हणजे झाले. एवढ्या मातब्बर निर्मात्याला कशाला नाराज करायचे, म्हणून बाईंनी अगदी नाइलाजाने एकदा पेल्यात घातलेली दारू प्यायचे ठरवले. मग गप्पा रंगात आल्या. नव्या नाटकाची चर्चा घोलपांनी सुरू केली. घरातून काही खायचे पदार्थ आणले आणि घोलपांनी पुन्हा केव्हा पेला भरला हे बाईंच्याच काय, पण माझ्याही लक्षात आले नाही आणि त्याचा परिणाम काय झाला तो तुम्ही पाहतच आहात. पण साहेब, एकवार माफी करा. बाईंचं चुकलं. त्या पुन्हा असं करणार नाहीत. पण तुम्ही डोक्यात राख घालून घेऊ नका.''

भास्करला खूप काही बोलायचे होते. पण सगुणेसारख्या नगण्य स्त्रीबरोबर बोलण्यात काही अर्थ नव्हता. कोणास ठाऊक, ती सगुणा त्या घोलपची साथीदारही असेल. त्या स्त्रीबद्दल त्याच्या मनात विलक्षण तिरस्काराची भावना येऊन गेली. कुंदाला नाही पण तिला खूप फटकारून टाकावे, असे त्याला वाटले. शिवाय कुंदा आणि सगुणा ह्यांचे जे नाते जाणवत होते, त्याबद्दलही त्याला विचारायचे होते. साराच मामला नाजूक होता, सुरुवात कशी करावी तेच त्याला समजेना. सगळा राग लपवला पाहिजे आणि साळसूदपणाने ते रहस्य जाणून घेतले पाहिजे, असं ठरवून आवाजावर शक्य तितकं नियंत्रण ठेवून तो म्हणाला,

"सगुणाबाई, एक विचारू?''

भास्करचा राग ओसरलेला आहे, असे सगुणेला वाटले. ती थोडी निश्चिंत झाली आणि दिवाणावर बसलेल्या भास्करच्या पायापाशी बसत ती म्हणाली, "काहीही विचारा. मला वाटेल ती आज्ञा द्या."

"कुंदा तुम्हाला आवडते की नाही?"

"म्हणजे काय साहेब? हे काय विचारणं झालं? त्यांची सेवा करायला मला फार आवडतं."

"पण का?"

"असा का प्रश्न विचारता तुम्ही? बाई गुणवान आहेत, चांगलं काम करतात, चांगलं गातात, तरुण आहेत. अजून अननुभवी आहेत. वाटतं की अजून त्या नवीन आहेत, तोपर्यंत त्यांना माझ्यासारख्या पाठराखणीची गरज आहे. पण तुम्हाला आवडत नसेल ना साहेब, तर त्यांचं काम मी सोडून देईन."

"नाही, नाही. तसं नाही."

"तसं नाही कसं? तुम्हाला मी मनातून आवडत नाही, मी आलेली आवडत नाही, बाई माझ्यावर प्रेम करतात, हेही आवडत नाही."

"असं मुळीच नाही."

"नाही साहेब. इतकी वर्षे मी नाटकाच्या जगात वावरते आहे. नाटक कोणतं व अस्सल कोणतं हे मला कळतं. तशी मी एक सामान्य वकुबाची बाई. नवरा नालायक, दारुड्या म्हणून मला पोट जाळण्यासाठी असली कामं करावी लागतात. सगळ्या नट्यांची मर्जी सांभाळावी लागते."

"सगळ्या जणींशी तू अशी वागतेस?"

"काय करणार साहेब? घरी जावं असं काही घरात नाही. ना मूल ना बाळ. नवरा हा असा. तेव्हा दुसऱ्याच्या सुखात मी सुख मानायला शिकले. तुमच्यासारख्याचं घर मला आवडलं. बाई काय, तुम्ही काय? त्यांची सेवा करायला मला मनापासून आनंद होतो."

सगुणाबाई हळूहळू आपल्या अधिक जवळ आलेली आहे, आणि आपले पायही चेपू लागलेली आहे, हे त्याच्या लक्षात आले. स्त्रीचा स्पर्श—तोही अधीर स्त्रीचा स्पर्श ओळखण्याइतके शहाणपण आजपर्यंतच्या नाटकाच्या कारकिर्दीत त्याने कमावलेले होते. सगुणा तशी देखणी होती. पण त्या देखणेपणात एक पुरुषीपणा होता. डोळ्यांतल्या भावना ती जरी लपवीत असली, तरी अधूनमधून नकळत तिचे विकारवश डोळे तिच्यातील आक्रमक स्त्रीत्व उघडे पाडीत असत. तिचा स्पर्श झाल्याबरोबर पाय वर उचलून घ्यावेत असे भास्करला वाटले; पण

त्याच्या हातून ती कृती मात्र झाली नाही. कोठल्याही स्त्रीने त्याची अशा प्रकारे सेवा केलेलीच नव्हती. उलट, लागलीच तर त्यालाच सेवा करायला लावली होती. सुलोचनाबाई तर त्याला अनेक प्रकारे सेवा करायला लावत; पण तारुण्याच्या उन्मादात त्याला तो कधीच कमीपणा वाटला नाही. उलट, स्त्रीदेहाची सारी रहस्ये गणिकावृत्तीत प्रवीण असलेल्या सुलोचनेने त्याच्यापुढे उघड केली होती. कुंदा अधूनमधून खुशीत आली, की त्याला सुखकारक वाटेल अशा तऱ्हेने क्षण-दोन क्षण त्याचे पाय किंवा मस्तक चेपण्याचे नाटक करायची. पण आपल्या देहाचे कौतुक करून घेण्याचा आपल्यालाच अधिकार आहे, असेच त्या रूपगर्वितेला वाटत असे, आणि कधी कपाळ, कधी मस्तक, तर कधी मांड्यासुद्धा ती त्याच्याकडून चेपून घेत असे. पण बोलूनचालून ते कामोत्सवाचे निमंत्रण समजून त्या खेळात भास्कर स्वखुषीने सामील होत असे. पण सगुणेचा स्पर्श ह्या घटकेला तरी शरणभावाचा आणि निमंत्रण देणारा आहे, असे त्याला वाटले. स्त्रीदेहाचे त्याला अप्रूप नव्हते. त्यामुळे असल्या निमंत्रणाच्या हाकेला उत्तर देण्याची त्याची तयारी नव्हती. आपल्याला बोलण्यात गुंगवून ठेवून ह्या बाईचा स्पर्श अधिकाधिक उत्तेजक आणि गुडघ्यांच्या वर आलेला आहे हे लक्षात येताच भास्कर खडबडून जागा झाला आणि म्हणाला,

"पुरुषाशी अशी सलगी करणं बरोबर दिसत नाही, सगुणाबाई."

सगुणाबाई हसली आणि म्हणाली,

"साहेब, तुमचं ठीक आहे. तिन्ही त्रिकाळ भरपूर जेवण जेवणाऱ्याला उपाशी माणसाचं दु:ख कसं समजणार?"

"सगुणा, तू काय बोलतेस याची तुला कल्पना आहे?"

"कल्पना नसायला मी काय दूधखुळी आहे!" असे म्हणत म्हणत तिनं भास्करच्या मांडीवर आपले मस्तक विसावले. त्याबरोबर भास्करने तिला ढकलून दिले आणि तो संतापून म्हणाला,

"चालती हो या घरातून आणि पुन्हा कधीही पाऊल टाकू नको. सभ्य घरात वावरण्याची तुझी लायकी नाही. बाईंवर तू मायाजाल पसरले आहेसच, आणि मलाही गुंतवायचा तुझा विचार दिसतोय. सभ्य घरात हे असले खेळ चालत नाहीत."

सगुणा हसली. पण ते हसणे तुच्छतेचे आहे, हे भास्करच्या ध्यानात यायला वेळ लागला नाही. भास्करच्या डोळ्याला डोळा भिडवीत ती म्हणाली, "सुलोचनाबाईंना मी चांगली ओळखते. त्यांच्याकडे काही दिवस त्यांनी तुम्हाला

ठेवलं होतं, ही गोष्ट तर खोटी नाही आणि तिथं जे तुम्ही केलंत ते काय सभ्य गृहस्थाला शोभण्यासारखं होतं?''

''तू कोण? हे तुला असलं काही विचारण्याचा अधिकार काय?''

''मी कोण आहे? तुम्हाला ठाऊक आहे म्हणूनच सांगते, माझ्यासारखीला सांभाळून ठेवणं तुमच्या हिताचं आहे. मी एक चांगली उपयोगाची वस्तू आहे. बाईंसाठी आणि तुमच्यासाठीसुद्धा!''

भास्करचा राग अनावर झाला. सगुणाने एक प्रकारची धमकी दिलेली होती. तिचे पर्यवसान काय होईल, हेही समजण्यासारखे नव्हते. पण एका नादान क्षुद्र स्त्रीने आपल्याच घरात– हाताच्या अंतरावर आपली लग्नाची बायको असताना– आपल्याकडून शरीरसुखाची अपेक्षा करावी, ह्या किळसवाण्या गोष्टीचा त्याला मनोमन राग आला. तो एकदम उभा राहिला आणि म्हणाला,

''ह्या घरात तू एक क्षणभरसुद्धा राहू नकोस आणि पुन्हा तुझं किळसवाणं तोंड मला दाखवू नकोस.''

खजिल झालेली सगुणा उभी राहिली. पायात चपला अडकवत ती म्हणाली,

''एक दिवस तुमच्या या वागण्याचा तुम्हाला पश्चात्ताप होईल. आपण होऊन तुमच्या समोर सुखाचं ताट आलं, ते तुम्ही लाथाडलंत. मीच काय, बाईसुद्धा तुम्हाला तोंड दाखवणार नाहीत.''

''ही हिंमत?'' असे म्हणत तो पुढे सरकला आणि त्याने थाडकन तिच्या एक थोबाडीत दिली. त्याबरोबर सगुणाने नुसते त्याच्याकडे रोखून पाहिले. तिच्या डोळ्यांत अंगार पेटलेला होता. मघाशी कामविव्हळ झालेली सगुणा, तिचा तो मृदू स्पर्श, तिचे लाडिक बोलणे हा सारा मुखवटा आता गळून पडला होता. शक्य असते तर तिने त्याला गिळून टाकले असते. आधीच ती पुरुषी, थोराड, त्यात चवताळलेल्या वाघिणीचा हिंस्रपणा! क्षणमात्र भास्करला वाटले, मोहाच्या या क्षणाला आपण शरणागत झालो नाही, एवढे तरी स्वत्व आपल्यापाशी शिल्लक आहे. सत्त्वापुढे तामस गुण निष्प्रभ झाला, तशी सगुणा पाठ फिरवून निघून गेली. रात्रीच्या वेळेस एखाद्या चेटकिणीप्रमाणे तिचे ते पाठमोरे चालणे पाहून वासनाच जळत-लोंबत, घरंगळत चाललेली आहे, असे त्याला वाटले. त्याने दरवाजा बंद केला. आतल्या खोलीत तो आला, तेव्हा शांत झोपलेल्या कुंदाकडे त्याने न्याहाळून पाहिले. त्याच्या अंत:करणात राग उत्पन्न व्हायच्याऐवजी दया उत्पन्न झाली. एका सर्वभक्षक कालीसमोर बळी देण्यासाठी एखादे निष्पाप कोकरू आणून ठेवावे, अशा तऱ्हेने कुंदा शांतपणे झोपलेली होती. आता डोळे

मिटलेले असल्यामुळे डोळ्यांतली धुंदी त्याला दिसत नव्हती. ह्या कोवळ्या फुलाचा आपण पहिल्यांदा गंध लुटला, तेव्हा त्या फुलाचे रक्षण करण्याचीही जबाबदारी आपली आहे, असे त्याला जाणवले. पण सद्भावनेला सामर्थ्याची जोड नसेल, तर नुसता निश्चय करून काय उपयोग? मनातील सारे कल्लोळ मनातल्या मनात दडपून टाकून तो तिच्या शेजारी बसला. तिचा धपापणारा उर, उघड्या पडलेल्या पोटऱ्या, अस्ताव्यस्त झालेल्या तिच्या वस्त्रातून उघडे पडलेले तिचे ओटीपोट हे सारे पाहून त्याला वाटले, जर ह्या देहाने निसर्गाच्या हाकेला ओ देऊन आपला अंश पोटात वाढवला, तर सैराटपणे पळणारे तिचे मन कदाचित स्थिर होईल. पुरुषत्वाची अनिवार लालसा त्याच्या अंतर्यामी निर्माण झाली. वाटलं, तिला खडबडून उठवावे आणि आदिम नराप्रमाणे ह्या मादीचा भोग घ्यावा. पण ह्यातले काही घडू शकले नाही. खचलेल्या आणि दमलेल्या मानसिक अवस्थेत केव्हातरी त्याचा डोळा लागला.

१९

सकाळी त्याला जाग आली, तेव्हा कुंदा तशीच झोपलेली होती. हळूहळू सूर्यप्रकाशाने खोलीत शिरकाव केला होता. भास्करच्या हालचालीमुळे कुंदा जागी झाली. अजून ती पुरती जागी झालेली नव्हती. तिने चाळवाचाळव केली. शेजारी काहीतरी शोधल्यासारखे केले आणि ती अस्पष्ट स्वरात पुटपुटली, 'मला जवळ घे, मला जवळ घे,' भास्करला वाटले, की हे आपल्यालाच निमंत्रण आहे म्हणून तो तिच्याजवळ सरकला. त्याचा स्पर्श जाणवल्यानंतर कुंदाने त्याला घट्ट मिठी मारली. तो तिचा आवेश जरा वेगळाच वाटला. तेवढ्यात तिने डोळे उघडून बघितले, आणि एकदम 'तुम्ही?', असा आश्चर्योद्गार काढून त्याला दूर लोटले, आणि ती एकदम दूर झाली. तिच्या स्वरातील तीव्रता त्याच्या ध्यानात आली. आपल्याऐवजी अन्य कोणाची तरी अपेक्षा तिने केली होती, हे लक्षात येताच तो वरमला, आणि ते दुसरे कोणी म्हणजे सगुणाच असणार ह्या जाणिवेने तो एकदम शरमिंदा झाला. कुंदाने स्वतःला सावरले. आपल्या हातून भलतेच काही घडले किंवा काय, त्याचा ती अंदाज घेत होती. तिच्याजवळ स्त्रीसुलभ लाघव तर होतेच होते; पण त्याहून संरक्षणाची जाणीव पण होती. ती एकदम दिलखुलासपणे हसली. जणूकाही घडलेच नाही, असा एक भाबडा भाव तिने चेहऱ्यावर आणला. घसरलेला पदर न सावरता तिने दोन्ही हात उंच केले आणि त्याला जवळ यायला खुणावले. एरव्ही भास्कर पाघळला असता आणि तिच्या मिठीत खुशीने

गेला असता; पण काल रात्रीपासून घडलेल्या साऱ्याच प्रकारामुळे तो पार गोंधळून गेला होता आणि त्याच्या अनेक समजांना तडाही गेला होता. तो एवढेच शांतपणे म्हणाला,

"तू तोंड धुऊन ये. मला तुझ्याशी काही थोडं बोलायचं आहे."

"काल रात्री मी दारू पिऊन आले, ह्याच्याबद्दलच बोलायचं आहे ना? माझी चूक झाली. काय झालं ते मी नंतर सर्व तुम्हाला सांगेन, पण आता सकाळी-सकाळी नको. तुम्ही या ना." असे म्हणत तिने परत एकदा आपल्या उभार लावण्याचा नजराणा पुढे करत त्याला मोहक निमंत्रण केले. पण भास्कर त्या निमंत्रणाने बधला नाही. उलट, तो अधिकच अविचल झाला. खुर्चीवर बसत तो म्हणाला,

"मला वाटतं, तू आता लवकर आटोपशील तर बरं होईल. आत्ता मुलं यायची वेळ झाली आहे. तेव्हा आळस सोडून तू लवकर ऊठ."

कुंदाने त्या सांगण्यानंतरही अजिबात हालचाल केली नाही. उलट, नाराजी व्यक्त केली. ती म्हणाली,

"तुमचं हे नेहमी असंच असतं. माझ्याबद्दल तुमचं आकर्षणच कमी झालं आहे. नाहीतर इतक्या नीरसपणानं तुम्ही वागलाच नसतात."

"हे बघ कुंदा, ही सगळी नाटकं नंतर. तुझ्याशी आत्ताच्या आत्ता काही बोललंच पाहिजे. त्याशिवाय मला चहासुद्धा प्यायचा नाही." त्याच्या स्वरातला रूक्षपणा, कठोरपणा, आणि जरब लक्षात आल्याबरोबर मग मात्र कुंदा झटकन उठली. तिने अंथरुणे सारखी केली. थोडीशी आवराआवर केली आणि ती स्वयंपाकघरात निघून गेली.

भास्कर व्हरांड्यात गेला. त्याने तिथल्या तांब्यातल्या पाण्याने खळखळून चूळ भरली. विस्कटलेले फर्निचर जागच्या जागी लावले. केसावरून कंगवा फिरवला, आणि तो विमनस्कपणे व्हरांड्यातून बाहेरच्या कोलाहलाकडे पाहू लागला. जगाचे सारे व्यवहार गतिमान होऊ लागले होते. राग, लोभ, द्वेष, मत्सर ह्या सगळ्यांना झाकून टाकून उदरभरणासाठी माणसे लगालगा उद्योगाला लागली होती. दूधवाले, बेकरीवाले किंवा वर्तमानपत्रे टाकणारी मुले ह्यांची धावपळ जाणवत होती. मन स्वस्थचित्त करून भास्कर ती सारी गतिमान दुनिया पाहण्याचा प्रयत्न करीत होता; पण त्याच्या मनात चाललेल्या वादळामुळे कोणतेच स्पष्ट चित्र त्याच्या मन:पटलावर उमटत नव्हते. एवढ्यात मागे हालचाल जाणवली म्हणून त्याने मान फिरवली. एका सात्त्विक गृहिणीच्या वेषात आणि

आविर्भावात चहाचे पेले घेऊन कुंदा उभी होती. काहीच न बोलता त्याने चहाचा कप हातात घेतला आणि तो दिवाणावर विसावला. कुंदाही दिवाणाच्या एका टोकावर स्थिर झाली. चहा पिताना कसलेच संभाषण झाले नाही. पण तेवढ्या या शांत काळात भास्करने काय बोलायचे, ह्याची जुळवाजुळव केली आणि तो म्हणाला,

"काल रात्री तू मद्यपान करून घरी आलीस ह्याबद्दल मला बोलायचंच आहे, पण ते मी नंतर बोलेन. पण एक गोष्ट तुला सांगितली पाहिजे. सगुणा ह्यापुढे आपल्या घरी कधी येता कामा नये. एवढंच नव्हे तर तिचा संबंधही तू तोडून टाकला पाहिजेस."

कुंदा एकदम गंभीर झाली. नेमक्या कोणत्या गोष्टीचा उल्लेख भास्करला करायचा आहे, हे तिला कळत नव्हते. तरी पण आपल्या स्वातंत्र्यावर बंधने आली आहेत, ह्या जाणिवेने थोडा तिरका आवाज काढून ती म्हणाली,

"कशासाठी? सगुणेनं तुमचं काय वाकडं केलं आहे?"

"ते तू मला न विचारलेलं बरं. तुझ्याच घरी तुझ्याच नवऱ्याबरोबर शरीरव्यवहार करण्याची ज्या बाईची इच्छा आहे, त्या बाईला ह्या घरात तू येऊ देणार?"

"काय सांगता तुम्ही?"

"खरं तेच सांगतो आहे."

"काहीतरीच सांगू नका. माझा विश्वासच बसणार नाही असल्या गोष्टींवर. सगुणा तसली बाई नाही."

"म्हणजे माझ्यावरच विश्वास नाही?"

"हा विश्वासाचा मुळीच प्रश्न नाही. सगुणा कशी आहे, ते मला पूर्णपणे माहीत आहे. ती मोकळेपणाने वागली असेल, पण त्याचा अर्थ तुम्ही भलताच लावलेला आहे."

"कुंदा, मी जग पाहिलं आहे. बायकाही मला अपरिचित नाहीत, हेही तुला ठाऊक आहे. तुझ्यापासून मी काही लपवून ठेवलेलं नाही. प्रत्यक्ष असं काही घडलं असल्याशिवाय असला घाणेरडा आरोप मी या क्षुद्र बाईवर करणार नाही. ती बाई हलकट मनोवृत्तीची तर आहेच, पण गळ्यात गळा घालून वावरणाऱ्या तुझ्यासारख्या मैत्रिणीच्या नवऱ्याची अपेक्षा बाळगणं म्हणजे मग कृतघ्नपणाची परिसीमा झाली."

"शी! तुमच्याच मनात असले काहीतरी घाणेरडे विचार असतील."

"कुंदा! तुझं डोकं ठिकाणावर आहे? तू काय बोलतेस? मी तुझा नवरा

आहे, हे लक्षात ठेव. तुझ्याशिवाय माझ्या आयुष्यात अन्य स्त्रीला जागा नाही. तुझ्यासारख्या सुंदर स्त्रीला सोडून सगुणेसारख्या बदचालीच्या, कुरूप स्त्रीची अभिलाषा कधीतरी माझ्या मनात निर्माण होणं शक्य आहे काय? अशी अंधळ्यासारखी वागू नकोस.''

"छे! छे! मला तुमचं काही पटत नाही. सगुणा माझी जिवाभावाची मैत्रीण आहे. ती असलं काही करणं शक्य नाही.''

"कुंदा, तू कोण? तुझं घराणं, शिक्षण, संस्कृती ह्याची तुला आठवण आहे की नाही? सगुणा कोणत्या लायकीनं तुझी मैत्रीण होऊ शकते?''

"का? शिक्षणाचा आणि मैत्रीचा काय संबंध आहे? ती मला आवडते. मदतनीस म्हणून ती उपयुक्त आहे आणि त्याहीपेक्षा ती दु:खी आहे, भाबडी आहे, म्हणून तिच्याबद्दल मला अनुकंपा वाटते.''

"अनुकंपा की आकर्षण?''

"हो! हो! आकर्षणसुद्धा. ती किती स्वच्छ आणि नीटनेटकी राहते, हे तुम्हाला माहीतच आहे. तिला नाट्यव्यवसायाची किती माहिती आहे, हे तुम्हाला कसं कळणार?''

"कुंदा, तिच्याबद्दलचं तुझं आकर्षण विकृत आहे. ह्यापेक्षा अधिक तू मला बोलायला लावू नकोस. तुला हे थांबवलंच पाहिजे. नाही तर तुझा-माझा हा संसार धोक्यात आहे. ह्यापेक्षा स्पष्ट शब्दांत मी काही अधिक सांगू इच्छीत नाही. खरं म्हणजे तू सुशिक्षित आहेस. तू एकट्यानं अपरात्री जाऊन घोलपासारख्या कुप्रसिद्ध माणसाच्या घरी मद्यपान केलंस आणि येताना कशा अवस्थेत परत आलीस, ह्याचाही विचार कर. तुझ्याबद्दल माझ्या मनात शंका आलेली नाही. किंवा एखाद्या संशयी नवऱ्याप्रमाणे मी तुझ्या बारीकसारीक गोष्टींवर पहाराही ठेवणार नाही. कारण त्याचा काही उपयोग नाही, आणि हा व्यवसायच असा आहे, की ज्यानं-त्यानं आपलं चारित्र्य कसं ठेवावं, हे स्वत:च ठरवायचं असतं. मोहाच्या जागा खूप असतात. संधीही खूप मिळत असतात, आणि ह्या क्षेत्रात यश, अपयश, एकटेपणाची जाणीव ह्यामुळे कलावंतांची मनोवृत्ती सारखी अस्वस्थ असते. हा, तुझा माझ्यातला रस आटला असेल, माझ्याशी लग्न केलं ही चूक वाटत असेल, तर माझं काही म्हणणं नाही. तुला जेव्हा हवी असेल तेव्हा संपूर्ण मोकळीक देण्याचं मी आश्वासन देतो. मला तू हवी आहेस. हा संसारही मला टिकवण्याची इच्छा आहे. तुझी विलासी आयुष्याकडे ओढ आहे, आणि तुझे कोडकौतुक करण्याइतका मी समर्थ नाही. पण जर तू थोडा संयम

पाळलास, तर आहे ह्या परिस्थितीत आपण आपला संसार चालवू शकू. मी पुन्हा पुन्हा हा विषय काढणार नाही, तुला दुःख देणार नाही; कारण मला तुझ्या डोळ्यांतील आसू पाहवणार नाहीत. तू कोठेही असलीस तरी एवढं लक्षात ठेव, की तुझ्या येण्याची मी सतत प्रतीक्षा करीत असेन. जगातल्या कोठल्याही स्त्रीचा मोह मला पडणं शक्य नाही. कीर्ती, पैसा हे सारे तुझ्यापुढे मला तुच्छ आहेत. तू म्हणशील तसा मी तुझ्याबरोबर जगेन आणि तुला अडगळ वाटेल, तेव्हा मी तुझ्या आयुष्यातून निघून जाईन.''

भास्करचा आवाज स्निग्ध होता. त्याच्या डोळ्यांतून अश्रू ओघळत नव्हते; पण ते ओघळले असते तरच बरे झाले असते, इतका तो सद्गदित झालेला होता. त्याची ती व्याकूळ अवस्था कुंदाच्या लक्षात आली. तिलाही अपराधीपणाची जाणीव टोचत होती. हा संसाराचा रथ आता कोलमडून पडायच्या अवस्थेत आलेला आहे, ह्या कल्पनेने तीही धास्तावली. अनेक मोह दाही दिशांनी तिला निमंत्रण देत होते; पण तरीसुद्धा आपला हा देवाब्राह्मणाच्या समक्ष माळ घातलेला नवरा आहे आणि तो सहजासहजी इतक्या लवकर गमावता कामा नये, अशी एक संरक्षणाची जाणीव तिच्या मनात निर्माण झाली. ती कोणीही असली आणि होणार असली, तरी प्रथम एक स्त्री होती आणि एका छोट्याशा घरकुलातील गृहिणी होती. नवऱ्यावाचून आपले होणारे भवितव्य क्षणार्धात तिच्या नजरेसमोर लकाकून गेले. ज्या संस्कारांत ती वाढली, त्या संस्कारांनी तिच्याभोवती दाटी केली आणि एकदम ती ओक्साबोक्शी रडू लागली. भास्करला तिला दुःखी करायचे नव्हते, तर सावध करायचे होते. भास्कर तिच्याजवळ गेला. त्याबरोबर तिने त्याला मिठी मारली आणि ती म्हणाली,

''मी चुकले. मला सावरून घ्या.'' अश्रूंनी खारट झालेल्या तिच्या ओठांचा मुका घेत तो म्हणाला,

''झालं ते झालं. अजून काही बिघडलेलं नाही. जे समजायचं ते तुला समजलं आहे. सगळं ठीक होईल.'' त्याच्या अंगाशी अनुतापाने पोळलेली, जवळपणासाठी आसुसलेली कुंदा त्याला बिलगली. शेवटी सारा दुरावा नष्ट करण्यासाठी धडपडू लागली. मनाचा थांग कोणाला लागलेला नाही. पण निदान शरीराने तरी एकरूप व्हावे, ह्या लालसेने तिला आणि तिच्या स्पर्शाने चेतावलेल्या भास्करलाही हे सारे अंतर दूर करावेसे वाटू लागले. पण तेवढ्यात दाराची घंटा वाजली, आणि दोघे एकमेकांकडे पाहून हसली. नाखुषीने तिने भास्करची मिठी सैल केली, आणि लाजून ती स्वयंपाकघरात निघून गेली. भास्करने आरशात

बघितले. काही खुणा अंगावर शिल्लक नाहीत, ह्याची खात्री करून घेतली आणि दरवाजा उघडला. नेहमीचे विद्यार्थी आले होते. त्यांनी आपल्या गुरुजींना अभिवादन केले, गवसणीतून वाद्ये काढली, बैठक जमवली आणि गुरुजींनी स्वरांना निमंत्रण देण्याची ते वाट पाहू लागले. अंधारी रात्र संपून गेली. वादळाचे विसर्जन झाले आणि पूर्वेला सूर्याची किरणे फाकू लागली. पण हा सूर्य प्रत्यक्षातला सूर्य मात्र नव्हता. हा सूर्य भास्करच्या अंतःकरणात उगवला होता. त्याने डोळे मिटले. क्षणभर ओंकारनाथाची प्रार्थना केली आणि आपला षड्ज लावला. क्षणभरात त्याच्या लक्षात आलं, की आपल्या ओळखीचा एक स्वर ह्या स्वरात मिसळला आहे. त्याने डोळे उघडून पाहिले तर कुंदाही गायनासन घालून डोळे मिटून त्या ओंकारात सामील झाली होती. आज कधी नव्हे तो स्वच्छ आणि रेखीव सूर भास्करच्या गळ्यातून बाहेर पडत होता आणि त्या रेखीव स्वराला मखमली अस्तर लाभले होते.

२०

संसार हा दिवसरात्रीसारखा सुखदुःखाचा कल्लोळ असतो, हे भास्करला जाणवत होते. मद्यपानाच्या त्या रात्रीपासून काही दिवसतरी कुंदाच्या वागण्यात त्याला फरक जाणवला. पण हाही फरक अल्पजीवी आहे, हे त्याला कुंदाच्या स्वभावाचा अंदाज असल्यामुळे माहीत होते. कुंदाकडून त्याने फार अपेक्षाही केलेल्या नव्हत्या. कारण तिच्या स्वभावात चंचलता होती. तिची फाजील महत्त्वाकांक्षा आणि स्वतःबद्दलचे गैरसमज हे त्याला अनुभवाने ज्ञात झाले होते. आपण ज्या क्षेत्रात काम करतो, त्या क्षेत्रातील नीतीनियम आपल्यासकट कुंदालाही लागू आहेत, म्हणून तिच्या लहानसहान उणिवांकडे तो दुर्लक्ष करू शकत होता. पण नवरा-बायकोच्या संबंधात दुरावा येणारा कोणताही प्रसंग म्हणजे आपल्या विजोड कुटुंबाची अखेर आहे, हे कळण्याची त्याला बुद्धी होती. बाहेरच्या दृष्टीने तरी त्यांचा संसार सुरक्षित होता.

कुंदासाठी एका नवीन नाटकाची ऑफर आली. वास्तविक तो नाट्यनिर्माता, नाटककार हे वेगवेगळ्या कारणांनी बदनाम झालेले होते. हे नाटक स्वीकारताना कुंदाने आपला सल्ला घ्यायला पाहिजे होता, असे भास्करला वाटणे, ह्यात तसे काहीच चूक नव्हते. आत्तापर्यंत त्या नाटककाराने लिहिलेली सारीच नाटके भडक, सेक्सी आणि उत्तान होती. पद्मा, आशा, उज्ज्वला असल्या नट्या त्या नाटकात काम करीत. ह्या नाटकांची जाहिरातसुद्धा प्रक्षोभक असे. एकदा असल्या

नाटकात काम केले की नटावर भलताच शिक्का बसतो. तेव्हा तसले नाटक स्वीकारताना दहादा विचार करायला हवा, असे जर वाटले तर त्यात काही चूक नव्हती. नाटक संगीतही नव्हते. त्यामुळे कुंदाचीच निवड करावी, असेही काही नव्हते. पण कुंदा तरुण होती, देखणी होती, वेगळ्याच कारणाने का होईना, पण प्रकाशात आली होती. तेव्हा त्या नाट्यनिर्मात्याला एक ताजी टवटवीत स्त्री या नव्या नाटकासाठी वापरण्यात औत्सुक्य होते. हा बनाव नेमका कोणी घडवून आणला, हेही भास्करला समजू शकत होते. नवनव्या ताज्या शिकारीच्या शोधात पुष्कळसे नाटकनिर्माते असतातच आणि असल्या नाटकात काम केले की झटकन प्रसिद्धीचा मार्ग मोकळा होतो, असे वाटणाऱ्या नटनट्या असतातच. घोलपांनी स्वत: जरी असली नाटके सादर केलेली नसली, तरी असल्या पुष्कळ नाटकांना त्यांचा फायनान्स होता. तेव्हा ह्याही नाटकात कुंदाचा समावेश झाला ही घोलपांचीच चलाखी असली पाहिजे, असे भास्कर समजून चालला होता.

नाटकाचे नावच मुळी होते 'फुलपाखरू.' नाटकाच्या जाहिरातीवरून एक कामुक स्त्री अनेक पुरुषांना कशी नादी लावते आणि अखेरी तिला एक बलदंड पुरुष भेटल्यावर ती कशी आत्मघात करून घेते, असे काहीसे कथानक होते. त्या नाटकात बेडरूम सीन्स होते. सेन्सॉरनेही हे नाटक पास करण्यासाठी खळखळ केली. किंबहुना सेन्सॉरशी वाद झाल्यामुळेच ह्या नाटकाबद्दल विलक्षण औत्सुक्य निर्माण झाले. लेखनस्वातंत्र्याच्या कल्पना उराशी बाळगून आपण पुरोगामी आहोत, स्वातंत्र्यवादी आहोत असा गवगवा करणाऱ्या लेखकांनी नाटकाच्या आणि नाटककाराच्या बाजूने एक पत्रकही काढले होते. ह्या नाटकाच्या त्या जाहिरातीत नवतारका कुंदा हे नाव जेव्हा भास्करने पाहिले, तेव्हाच ह्याबाबत कुंदाला विचारावे आणि शक्य असेल तर हे काम नाकारायला सांगावे, असे भास्करला वाटले. पण प्रत्यक्षात असे काही सांगण्यापूर्वी कुंदाच त्याला एक दिवस म्हणाली,

"संगीत नाटकं तर पुरेशी होत नाहीत म्हणून मी एका कमर्शियल नाटकात काम स्वीकारले आहे."

"हो. मी जाहिरात पाहिली त्याची."

"लोक चांगले आहेत, आणि चांगले वागवतात मला. तसं नाटकात काही घाणेरडं नाही. जाहिरात तेवढी भडक आहे. पण आपल्याला काय करायचं आहे त्याच्याशी? ह्या नाटकाचे शे-दोनशे प्रयोग तर नक्कीच होतील."

"प्रयोग होतील, नाटक गाजेल हे खरं; पण ह्या नाटकानं तुझी इमेज मात्र

पार बदलून जाईल.''

''हँ! इमेजला काय चाटायचं आहे? त्यामुळे नाटकात काही काम मिळत नाही. शिवाय एकदा कलावंत म्हणून ह्या क्षेत्रात वावरायचं म्हटल्यानंतर हे हवं, हे नको म्हणण्यात काही अर्थ नाही. हे नाटक रंगभूमीवर एकदा येऊ दे तर खरं!''

''नाटक रंगभूमीवर येईलही आणि तुझं नाव गाजेलही. पण तुझ्याकडे पाहण्याची सगळ्यांची दृष्टी मात्र बदलेल.''

नाक उडवून कुंदा नुसते 'हं' म्हणाली, तेव्हा भास्करच्या लक्षात आले की हिची समजूत घालणे अशक्य आहे. कारण प्रसिद्धीच्या वेडाने आणि समृद्धीच्या आकांक्षेने ती आता वेडी झाली आहे. तरीसुद्धा प्रयत्न करावा म्हणून तो म्हणाला,

''अगं, नाट्यक्षेत्रात तू आलीस ते अभिनयकुशल नटी होण्यासाठी, गायिका होण्यासाठी. ह्या नाटकात संगीत नाही किंवा अभिनयालाही फारशी जागा नाही. केवळ तुझं उघडं-नागडं रूप ह्या नाटकाचं भांडवल आहे.''

''एकदा नटी हा पेशा स्वीकारला, की हे सारं अपरिहार्य आहे. ह्या नाटकात इतर कलावंत आहेत, तेसुद्धा मान्यवर आहेत. तुम्ही जाहिरात पाहिलीतच.''

''अगं, निव्वळ पोटासाठी काही माणसं काहीही करायला लागतात, ह्याचा अर्थ आपखुषीनं त्यांनी आपल्या कलेचा बाजार करायचं ठरविलं असतं. तुला असलं काहीच करायची गरज नाही. हळूहळू का होईना, तुला संगीत नाटकांत किंवा घरंदाज नाटकात कामं मिळत जाणारच आहेत.''

''पण इतकं थांबायला वेळ आहे कोणाला?''

''मला वाटतं, तू एकदा विचार करावास.''

''आता विचार केव्हा करणार? पुढच्या रविवारी तर ह्या नाटकाचा पहिला प्रयोग आहे.''

''म्हणजे? धड ह्या नाटकाच्या तालमीसुद्धा झालेल्या नाहीत?''

''का बरं? गेले आठ-दहा दिवस तालमी चालू आहेतच. अजून आठ दिवस आहेत. शिवाय ह्या नाटकाचा तरुण डायरेक्टर अविनाश हा इतक्या कसून तालमी घेतो, की चुकायला काही संधीच नाही. रोज सात सात-आठ आठ तास तालमी चालू आहेत.''

''म्हणजे आता माघार घ्यायला वेळच नाही म्हणेनास.''

''पण माघार घ्यायचीच कशाला? अहो, तीनशे रुपये नाईट द्यायचं

त्यांनी कबूल केले आहे. दहा प्रयोगांची नाईट तर आगाऊ दिली आहे. माझ्या पसंतीप्रमाणे माझ्या साड्या, नाईट गाउन्स खरेदी केले आहेत. येत्या आठ दिवसांत नाटकाची किती प्रचंड जाहिरात होईल, ते नुसते बघत राहा. तीन महिन्यांत शंभरावा प्रयोग नक्की होईल, अशी त्यांना खात्री आहे. शतकमहोत्सवी प्रयोगाची तारीखसुद्धा त्यांनी उद्याच्या जाहिरातीत जाहीर केली आहे, तुम्हीसुद्धा बघत राहाल. ह्या नाटकात असे काही प्रसंग आहेत, की प्रेक्षक नुसते गार पडले पाहिजेत. मुंबईतील चार-पाच प्रयोग झाल्यानंतर नाटकाचे ओळीने तीन दौरे आहेत. अख्ख्या महाराष्ट्रात तुमच्या बायकोचं नाव गाजणार! हे नाटक रंगभूमीवर येऊ दे तर खरं, मग नाट्यनिर्मात्यांची नुसती रीघ लागेल.''

खरंतर आणखी बोलण्यात काही अर्थ नव्हता. कुंदाची समजूत घालता येईल, असा एकही मुद्दा भास्करजवळ नव्हता.

होईल ते ते पाहत राहणे ह्याशिवाय भास्करला काही दुसरा मार्ग नव्हता. ज्या तऱ्हेच्या प्रसिद्धीच्या झोतात कुंदा जात होती, त्या तऱ्हेचा प्रसिद्धीचा झोत भास्करच्या मनोवृत्तीला परवडणारा नव्हता. उद्या हे नाटक कुंदाच्या वडिलांनी पाहिले, आपल्या आईने पाहिले, तर आपली काय शोभा होईल, ह्याचा विचारच तो करू शकत नव्हता. रंगभूमीला त्याच्या लेखी देवालयाइतके पवित्र स्थान होते. ते एक मांगल्याचे मंदिर आहे– कुंटणखाना नाही, ह्या परंपरेत तो वाढला. बालगंधर्व, दीनानाथ, पेंढारकर ह्यांनी संपन्न केलेल्या मराठी रंगभूमीवरचा तो एक नम्र भक्त होता. त्या नाटकांत तल्लीनता होती, सौंदर्यासक्ती होती; पण वासनेला आवाहन नव्हते. तो काही नीतिवादी गृहस्थ नव्हता; कारण त्याचे जीवन अनेक गुंतागुंतीच्या वासनाखेळांनी व्यापलेले होते. पण स्त्री-पुरुषाचा प्रणयाचा खेळ ही खोली बंदिस्त करून करायची गोष्ट आहे. हजार-दोन हजार लोकांच्या समोर वासनेचा खेळ करून माणसांचे पशू करावे, ही गोष्ट त्याला पटण्यासारखी नव्हती. स्त्रीच्या नागड्या शरीराचा व्यापार रंडीबाजारात होतो; पण तिथेसुद्धा तो दोन व्यक्तींचाच खेळ असतो. कदाचित पैशासाठी माणसे देह विकत असतील, अगतिक होत असतील; तरीही हे केल्याबद्दलची कोणी फुशारकी मारत नाही. पण सुशिक्षित आणि सुसंस्कृत प्रेक्षकांच्या समोर उघड उघड नरमांस विकणाऱ्यांना आपण काही अलौकिक करीत आहोत असे वाटावे आणि त्या गोष्टीची, स्वातंत्र्याच्या नावाखाली समाजातल्या शहाण्या माणसांनी अमाप शिफारस करावी, हे त्याला भयानक वाटले. कुंदा ह्या नाटकात काम करत नसती, तर गंभीरपणे दखल घेण्याची त्याला जरुरी नव्हती. पण कारण नसताना तो स्वतःही

प्रसिद्धीच्या झोतात येणार होता. आपल्या विवाहित पत्नीला अशा तऱ्हेने रंगभूमीवर उघडे-नागडे व्हायला परवानगी देणारा एक नादान नवरा अशी आपलीही निर्भर्त्सना झाल्यावाचून राहणार नाही, ह्याबद्दल त्याची खात्री होती.

आणि तसे झालेही. पहिल्या प्रयोगाच्या वेळेस काही लोकांनी निदर्शने करण्याचाही प्रयत्न केला. तो मोडून काढण्यात आला. नाटकाला समर्थकही भेटले. त्यामुळे समर्थन करणारे आणि निषेध करणारे ह्यांच्यात वैचारिक युद्ध सुरू झाले. पण नाटकाला मात्र तुफान गर्दी होत राहिली. मिळेल त्या त्या ठिकाणी जास्त पैसे देऊनसुद्धा थिएटरच्या तारखा मिळवल्या जायच्या आणि हे खळबळजनक नाटक विरोधकांच्या नाकावर टिच्चून होतच राहिले. काही दीडशहाण्या माणसांनी आदिम वासनांवर प्रकाश टाकल्याबद्दल नाटककाराचे कौतुक केले. नाटककारालाही सुचणार नाहीत, असे वेगवेगळे अर्थ काढून विचारवंतांनी आपली बौद्धिक खाज भागवली. एकाने महाभारताबरोबर नाटकाची तुलना केली, तर दुसऱ्याने गीतारहस्यानंतर महाराष्ट्रात झालेला नवा विचार असा पांडित्यलेख लिहून आपले पांडित्य सिद्ध केले. एरवी असल्या नाटकांना चुकूनही न जाणारा प्रेक्षकसुद्धा नाटकाला गर्दी करू लागला. नाटकाच्या निषेधाच्या सभा होत होत्या आणि अभिनंदनाच्याही सभा होत होत्या. वस्तुतः एक थिल्लर नाटक, उघड उघड धंदा करण्यासाठी लिहिलेले नाटक वेगळ्याच अर्थाने क्रांतिकारक ठरले. वृत्तपत्रांनी अग्रलेख लिहिले. नाना संस्थांनी परिसंवाद घडवून आणले. ह्या बंडखोर स्त्रीने भूमिका करून धिटाई दाखवल्याबद्दल कोणी कुंदाचे अभिनंदन केले, तर चांगल्या कुलशीलवान घराण्यात जन्म पावलेल्या एका ब्राह्मण विवाहित स्त्रीने असली किळसवाणी भूमिका केली म्हणून कुंदाचा निषेधही करण्यात आला. नको नको त्या माणसांची वर्दळ घरात वाढली. त्यांतले काही विचारवंत कुंदाच्या धाडसाची प्रशंसा करण्यासाठी घरी येत. तासन् तास बसून राहत आणि शाबासकी देण्याच्या निमित्ताने पाठीवरून हात फिरवीत. कोणी हस्तांदोलन करीत. कोणी रूपाचे कौतुक करीत. कोणी अभिनयाचे कौतुक करीत. अशा वेळेला भास्कर पुष्कळदा घरातून पळ काढी; पण कधी कधी तो सारा सोहळा डोळ्यांनी बघावाच लागे. सकाळच्या वेळी विद्यार्थ्यांची तालीम चालू असताना कोणीतरी व्यत्यय आणी, तेव्हा मात्र भास्कर फारच अस्वस्थ व्हायचा. त्याच्याकडे आता लोक वेगळ्याच नजरेने पाहू लागले. घरचा कोणीतरी एखादा बावळट नोकर असावा, अशी त्याची उपेक्षा होऊ लागली. त्याला हे सारे असह्य असूनही थांबवता येईना. एके दिवशी नाट्यप्रयोग नव्हता, म्हणून अचानक कुंदा घरी

राहिली. कधी नव्हे तो एकांत मिळाला. एरवी रात्री ती नेहमीच दीड-दोन वाजता परतायची, आणि ती दमून आल्यामुळे तिच्याशी बोलण्यात काही अर्थ नसे आणि सकाळी तर ती नऊ-दहा वाजता उठे. ती पंधरा पंधरा दिवस दौऱ्यावर असायची. 'दोन डोळे शेजारी, भेट नाही संसारी', अशी अवस्था त्यांच्या संसारात आली. त्यातल्या त्यात एक गोष्ट बरी होती, की सगुणेचा आणि तिचा संबंध संपुष्टात आला होता. निदान असलाच तर तो त्याला तरी माहीत नव्हता. हा असला भरकटलेला संसार कसा रेटून न्यायचा, हा भास्करपुढे प्रश्न होता. कधी नव्हे तो एकांत मिळाला होता. तेव्हा भास्कर म्हणाला,

"कुंदा, आपण नवरा-बायको आहोत म्हणजे काय? आपण भेटतो तरी कधी?"

"अरे, पण त्याला काय करणार? माझा तरी काय इलाज आहे? कधी नव्हे ते आता नाटकात नाव झालं आहे. चार पैसे मिळू लागले आहेत. आज ना उद्या आपण ही चाळ सोडून ब्लॉक घेणार आहोत. थोडं चांगलं जीवन जगणार आहोत. तेव्हा वय आहे तोपर्यंत काम करायला नको?"

"पण कुंदा, शेवटी हे सारं कशासाठी करायचं? सुखासाठीच ना? तुझी-माझी निवांत अशी गाठही पडत नाही."

"अरे, इतरांसारखा आपला संसार थोडाच आहे? कलावंतांच्या आयुष्याचं असंच होणार."

"पण कशासाठी? एवढा पैसा मिळवून करायचं काय? आताची आपली जागा काय वाईट आहे? करायचा काय आहे आपल्याला ब्लॉक?"

"तू अल्पसंतुष्ट आहेस, तुझं ठीक आहे. पण मला तरी असलं आयुष्य जगायचं नाही. छानदार ब्लॉक पाहिजे, घरात नोकर-चाकर पाहिजेत, उत्तम फर्निचर पाहिजे– जमलं तर गाडीसुद्धा पाहिजे. लोकांनी म्हटले पाहिजे, की दृष्ट लागण्यासारखा संसार आहे."

"पण तुझ्या ह्या संसारात मला फारशी जागा नसावी."

"असं का म्हणतोस तू? हे सारं तुझ्यासाठीच करते आहे. तुला आता घोलपांची नोकरी करण्याचं काही कारण नाही. तू नुसतं एक संगीत विद्यालय चालव. गाण्याचा रियाज कर. हवंतर तुझ्यासाठी एखादं संगीत नाटक आपण काढू. तू तुझ्या मस्तीत जग. तुझं गाणं वाढव."

"अगं कुंदा, पण ज्या संसारात तुझी साथ नाही, त्या संसारात हे सारे वैभव मला तुच्छ आहे."

"मग तुझं म्हणणं काय आहे? नाटकातील कामं मी बंद करू? चोवीस तास मी घरी राहू? स्वयंपाकपाणी करू? आणि ह्या दरिद्री संसारात एक मोलकरीण म्हणून राहू?"

"नाही नाही. मी काही असली अपेक्षा केलेली नाही. तू एक गुणवती स्त्री आहेस. उत्तम गायिका होण्यासाठी देवाने तुला आवाज दिलेला आहे. शिकवलेलं सगळंच्या सगळं शिकण्याइतकी तुला समज आहे. तू स्वयंपाकपाणी करावंस असं मी म्हणणार नाही. पण उच्च अभिरुचीची कलावंत स्त्री– खरं सांगू, तुझ्यासारख्या स्त्रीची संगत मिळाली हे माझं भाग्य आहे. पण दुर्दैव असं आहे, की तुझी तुलाच योग्यता कळत नाही. तुझ्या उघड्यावाघड्या देहाकडे हावऱ्या नजरेने पाहणाऱ्या प्रेक्षकांच्या प्रशस्तीपेक्षा सुजाण माणसांची प्रशस्ती तुला आवडेल, अशा दिवसाची मी वाट पाहतो आहे."

"मग तुम्हाला जन्मभरच वाट पाहावी लागेल." असे म्हणत कुंदा उठली आणि अंथरुणावर जाऊन पडली. तेथून पडल्यापडल्याच ती म्हणाली, "तुम्हाला माझा मत्सर वाटतोय, माझी लोकप्रियता तुम्हाला सहन होत नाही, हे माझ्या लक्षात आलं आहे."

भास्कर तुच्छतेने हसला. "लोकप्रिय? तुला लोकप्रियतेचा अर्थ तरी कळतो? तशा अर्थानं काही काळ मीसुद्धा लोकप्रिय होतो. माझा आवाज गेला आणि लोक पाच-सात वर्षांत मला विसरून गेले. लोकप्रियता हे असंच अळवावरचं पाणी असतं आणि मी तुझा मत्सर कशाला करू? तीनचार वर्षांपूर्वी तू कोण होतीस? तुला कोणी घडवलं? ह्याचा तू विसर पडून घेऊ नकोस. ही गोष्ट खरी आहे, की आज मला किंमत नाही. कारण देवाचा माझ्यावर कोप आहे. मला मैफली रंगवता येत नाहीत किंवा गायक नट म्हणून रंगभूमीवरही उभं राहता येत नाही. पण देवाचा हा रुसवा कायमचा नाही, हे लक्षात ठेव. आपल्या देहाचा व्यापार करणाऱ्या सामान्य कुवतीच्या स्त्रीचा मत्सर करण्याइतका मी क्षुद्र नाही. मीही कोणीतरी आहे. मी गाण्याची तपश्चर्या केली आहे. माझ्या गुरूंचा आशीर्वाद माझ्या पाठीशी आहे. मी माझ्या विद्येचा बाजार मांडलेला नाही. आयुष्यात मी एकच चूक केली, की एका बाजारू स्त्रीच्या मी प्रेमात पडलो आणि तिच्यामुळे माझा गळा घालवून बसलो. त्या चुकीची मी शिक्षा भोगतोय. तुला ती शिक्षा मिळू नये, अशी मी देवाजवळ प्रार्थना करतोय. परमेश्वरानं तुला सर्व काही दिलं आहे. तारुण्य आहे, रूप आहे, गळा आहे, अभिनय आहे; पण ही सारी परमेश्वराची देणगी आहे. ते पवित्र दान आपल्या ओंजळीत पडले आहे. गाणं तू

घटवीत नाहीस, रूप सांभाळत नाहीस, अभिनय शिकत नाहीस. केवळ जो थोडे दिवस टिकणार आहे, असा उघडानागडा देह लोकांना दाखवून तू परमेश्वराच्या देणगीचा अपमान करते आहेस. तुला सावध करणं हे माझं कर्तव्य होतं ते मी केलंय, मी हा विषय पुन्हा काढणार नाही. पण एवढंच सांगतो, या ज्या रस्त्यावरून तू चालली आहेस, तो रस्ता सुखाचा नाही. मिळणारा पैसा, मिळणारी प्रसिद्धी, ह्यातच तुझा नाश दडलेला आहे. तू कशीही वागलीस आणि काहीही केलंस, तरी माझ्या मनात तुझ्याबद्दल फक्त प्रेमच राहील.''

भास्कर एकदम व्हरांड्यात जाऊन दिवाणावर जाऊन बसला. बराच वेळ तो तसा अंधारात बसला. त्याला वाटले की आपण सारे जे बोललो ते पालथ्या घड्यावरच्या पाण्यासारखे. आतल्या खोलीत काहीच हालचाल होत नव्हती. तेव्हा तो गृहीत धरून चालला, की कुंदा झोपी गेली आहे. मनात तो अत्यंत विषण्ण झाला. ह्या महत्त्वाकांक्षी मुलीला आपले मन समजू शकत नाही किंवा तिची तारुण्यसुलभ महत्त्वाकांक्षा आपण नियंत्रित करू शकत नाही. परस्परांविरुद्ध तोंडे करून आपण रस्ता चालतो आहोत आणि दोघांच्यात आता खूप अंतर पडले आहे. दोघांच्यात जो एक सुरांचा भावबंध होता, तोही तुटल्यासारखा झाला आहे. ह्या संसारात आपण राहायचेच कशाला? तिच्या महत्त्वाकांक्षेत आपला अडथळा येतो. तिच्यापासून आपण दूर झालो तर?

पण त्या कल्पनेबरोबरच तो शहारला. एकटे राहणे आपल्याला शक्य आहे– कठीण असले तरी शक्य आहे. एकतर आपण पुरुष आहोत आणि दुसरे म्हणजे आपल्या गरजा अगदी थोड्या आहेत. पण कुंदा एक स्त्री आहे, तरुण आहे, देखणी आहे आणि अविवेकी आहे. नाही म्हटलं तरी आपल्या अस्तित्वामुळे तिला एक संरक्षण आहे. आपण ह्या संसारातून निघून गेलो, तर कुठल्याही लहान शिकाऱ्याचे हे पाखरू भक्ष्य होईल. नाही नाही! आपण काही झाले तरी कुंदापासून दूर होता कामा नये. आपल्याला कितीही सहन करावे लागले, तरी ते आपण सहन केलेच पाहिजे. तेच आपले भागध्येय आहे. कोणी काहीही म्हणो. आपल्याला लाचार म्हणो, लुब्रा म्हणो, भेकड म्हणो, नादान म्हणो; आपल्याला कुंदापासून दूर जायचा अधिकारच नाही. आपण साहाय्यच केले नसते, तर कुंदाच्या मनात असल्या महत्त्वाकांक्षा निर्माण झाल्या नसत्या. कोणातरी अधिकारसंपन्न पुरुषाची ती स्त्री झाली असती. एखाद्या घरातल्या मुलाची आई झाली असती. आपला हात धरून ती या वणव्यात आलेली आहे. आपण स्वत: भाजलो तरी चालेल; पण तिचे रक्षण केलेच पाहिजे. आपण जुईचा वेल लावला; पण त्याला

ही निवडुंगाची फुले आली. आपण काट्याने घायाळ झालो, तरी ह्या वेलीचे रक्षण करण्याचा आपण पतकर घेतला आहे.

ह्या विचारासरशी त्याचे मन एकदम शांत झाले. त्याला वाटले की आत्ताच्या आत्ता जाऊन त्या थरथरणाऱ्या पाखराला आपण जवळ घ्यावे. तो हळूच उठला आणि आतल्या खोलीत गेला. खोलीत प्रकाश नव्हताच; पण त्या अंधाऱ्या प्रकाशातसुद्धा उशीला टेकून बसलेली कुंदा त्याला दिसली. ती नुसती जागी नव्हती, तर तिच्या डोळ्यांतून अश्रू वाहत होते. कुंदाच्या अंत:करणात काय चालले असेल, हे त्याच्या विचारापलीकडचे होते. त्याला एवढेच कळत होते, की ह्या घटकेला तरी ह्या चिमुकल्या संसारात कुंदा फक्त आपली अर्धांगिनी आहे. बाहेरच्या जगाला ती एक कलावती असेल. पण व्यथित होणारी, हळुवार अंत:करणाची, विव्हल झालेली, ती समोरची स्त्री ह्या घटकेला फक्त आपली बायको आहे. ह्यापलीकडे त्याच्या मनात कोणताच विचार नव्हता. तो तिच्या जवळ बसल्याक्षणीच तिने त्याला मिठी मारली, आणि ती अधिकच गदगदली. भास्करने दुसरे-तिसरे काहीच केले नाही. पुरुष प्रकृतीला झेलून उराशी नेतो आणि एकरूप होतो आणि मग दोघांचे द्वैत संपते, एवढेच त्याला माहीत होते, आणि तीही त्याला बिलगली. आता हा साऱ्या जगाला लोभवणारा देह फक्त त्याच्याच मालकीचा होता. ज्या दिवशी ती दोघे प्रथमच एकत्र आली, त्या दिवशी ज्या मंत्राने विद्ध झाली, त्याच मंत्राला ती दोघे शरण गेली. कितीतरी दिवसांनी भास्करची गात्रे कृतार्थ झाली.

२१

काही दिवस त्यांच्या संसारातील वेळापत्रक कटाक्षाने पाळले गेले. हळूहळू ते शिथिल होऊ लागले आणि थोड्याच अवधीत ते पुन: पूर्वस्थितीला आले. ज्या जगात कुंदा राहत होती, त्या नाटक्यांच्या जगात त्याच त्या अनुभवाला मुळातच मज्जाव होता. त्या जगात कोपऱ्याकोपऱ्यांवर कौतुकांचे कुर्निसात होते, चाहत्यांची गर्दी होती, स्तुतीचा महापूर वाहत होता, उणीदुणी काढली जात पण ती मागे; त्यामुळे घराबाहेर पडले की कुंदा हवेवर तरंगत असे. तिच्याकडे रोखून भोवतालचे लोक बघत. कोणी लालसेने, कोणी कौतुकाने तर कोणी तिरस्कारने. ज्या नव्या कंपनीत ती आता दाखल झालेली होती, तिथे तर मेकअपला बसण्यापासून ते नटांनी रंग उतरून टाकेपर्यंत सर्वच मंडळी मद्याच्या धुंदीत असत. त्यांतले कित्येक जण तर समाजाने ओवाळून टाकलेले होते. पण त्या

सर्वांचे मुखवटे मोहक होते. कुंदा आली की 'बाई आल्या' असा गौरवोद्गार काढून लोक लगेच तिला अदबीने जागा करून देत. कोणी चहा करून देत, कोणी कधी फुलांची वेणी देत. नाटक संपल्यावरच्या जेवणात कोणी तिला अगत्याने आग्रह करीत, कपड्यांच्या घड्या करायला नोकर असत. पण सहकारी नटसुद्धा बायकांच्या रंगपटात घोटाळायला मिळावे म्हणून तिच्या मदतीसाठी धावून येत. कधीकधी मेकअपमन असतानाही मेकअप करायला कोणीतरी पुढे होई.

नाटकात बऱ्याच ठिकाणी ती अनावृत होती. तिला सर्वांगाला मेकअप करावा लागे. पुरुषाच्या हातून मेकअप करून घ्यायला पहिल्या पहिल्यांदा ती लाजायची; पण पुढे पुढे तिला त्यात अवघड असे काही वाटेनासे झाले. तिला साडी वर करून पार मांड्यांपर्यंत मेकअप करावा लागे आणि कधीकधी तर पारदर्शक काचोळी घालून तिच्या सर्व उर्वरित अंगाला मेकअप करावा लागे. कोणीतरी काहीतरी वस्तू नेण्याच्या निमित्ताने चक्क मेकअप-रूममध्ये घुसत आणि तिच्याकडे कौतुकाने पाहत राहत. एवीतेवी आपला देह ती प्रेक्षकांना दाखवीत होती. त्यामुळे एखाद्या परिचित सहकारी नटाने रोखून पाहिले, तरीही तिला अवघड वाटेनासे झाले. वास्तविक त्या सर्व दृष्टिसुखातून प्रत्येकाची अनिवार वासना गळत असे. हळूहळू तिला त्या तसल्या नजरांची सवय झाली.

पुढे पुढे तर आपल्या रूपावर ही सारी माणसे फिदा आहेत, या कल्पनेचा तिला अभिमान पण वाटू लागला. मागच्या अनुभवापासून तिने प्रयत्नपूर्वक चौथ्या अंकात सामील व्हायचे नाकारले. नाटक संपले रे संपले, की प्रेक्षकांची गर्दी ओसरताच ती कोणा तरी गड्याला घेऊन तडक घरी यायची. घरी आल्यावर तिला संपूर्ण अंघोळच करावी लागे. ह्याखेरीज सगळा मेकअप उतरवताच येत नसे. कधी कधी भास्कर जागा असे. चाळीतल्या छोट्याशा खोलीतली छोटीशी मोरी अशा स्नानाला गैरसोयीची होती. भास्कर जागा असलाच, तर त्याच्याकडून ती देहाचे कोडकौतुक करून घ्यायची.

सगळ्या जगाने पाहिलेला आपला उघडावाघडा देह आपण भास्करच्या स्पर्शाने शुद्ध करतो असे जे तिला प्रथमप्रथम वाटायचे, त्याचा अंमल ओसरू लागला, आणि हळूहळू एका नराचा स्पर्श एवढीच भावना तिच्या ठायी उरू लागली. भास्करने मन मोठे करून आता हे सारे आयुष्य स्वीकारले होते. पूर्वीच्या मानाने आता तो खूपच अबोल झाला. विरोध करण्यापेक्षा आहे ते आयुष्य स्वीकारणे ह्यातच उर्वरित आयुष्याची इतिकर्तव्यता आहे, ह्या निर्णयाप्रत आल्यामुळे तो आता पुष्कळसा स्वस्थचित्त झाला होता.

पण पहिल्याच झालेल्या दौऱ्यात पुष्कळच गोष्टी उलटयापालट्या झाल्या. एकतर दौऱ्यात सारेजण चोवीस तास एकत्र असत. नाटक संपल्यानंतर घरोघरी परतायची कोणाला घाई नसे. त्या गावात मुक्काम असला तर सबंध दिवस चकाट्या पिटण्याशिवाय दुसरा उद्योग नसे. नाट्यनिर्माता किंवा दोन-तीन विशेष अधिकार असलेले नट असा एक गट निर्माण होई आणि त्या गटाच्या संरक्षणाखाली राहणे अपरिहार्य होई. प्रत्येक गावात चारदोन रंगेल, श्रीमंत आणि नटमोगरे असे चाहते असतातच. कोणत्याही नाटककंपनीत त्यांची उठबस असते. आणि नटनट्यांच्या सोयी-गैरसोयी पुरवण्यासाठी ते तत्पर असतात.

कोणी नाटक संपल्यानंतर मद्याची मैफल जुळवून आणत असे. कोणी जेवणाचा घाट घालण्याचा बेत करी. कोणी आपल्या जवळपासच्या शेतावर खास पार्टी देऊ करे, आणि बाहेरच्या त्यांच्या त्या प्रेमळ आग्रहाला– पण खरे म्हणजे त्यांच्या लोचटपणाला– बळी पडण्यावाचून गत्यंतरच उरत नसे. प्रत्येक ठिकाणी कोणीतरी अखेरच्या अवस्थेपर्यंत जाईच असे नाही. पण जवळपणाचा आभास निर्माण करून अंगचटीला जाणे, जवळीक साधणे ह्या गोष्टीला अडथळा नव्हता. मराठवाड्याच्या एका दौऱ्यात नाट्यगृहात स्नान करण्यासाठी मुळी पाणीच नव्हते. तेव्हा कोठेतरी स्नानाची सोय करणे अपरिहार्यच होते. नाटकवाल्यांच्या परिचयाच्या एका धनिक चाहत्याच्या घरी नाटक संपल्यानंतर तीन-चार महत्त्वाची नटमंडळी जाणार होती. अर्थात कुंदाला बोलावणे होतेच. ती शक्य तितके असले प्रसंग टाळण्याचा प्रयत्न करी आणि आपल्या स्त्रीसहाय्यिकेला घेऊन मुक्कामाच्या जागी जाई. किंवा पुढच्या मुक्कामाला जाण्यासाठी सज्ज असलेल्या बसमधल्या आपल्या जागेवर झोपून तरी जाई.

ह्या नाटकाच्या बाबतीत सगळा मेकअप धुणे आवश्यकच होते. आग्रहही खूप झाला होता. शिवाय तासा-दोन तासांत बस पुढच्या मुक्कामालाही जाणार होती. म्हणून ती आग्रहाला बळी पडली आणि जायला तयार झाली. कपडे बदलावे लागतील म्हणून तिने आपल्या सहाय्यिकेला बरोबर घेतले. सारीच मंडळी एका आलिशान बंगल्यात पोचली. बंगला भव्य होता आणि श्रीमंती जागोजाग जाणवत होती. सर्वांच्या स्वागताची जय्यत तयारी दिसत होती. पण घरात एका नोकराशिवाय अन्य कोणी दिसत नव्हते. सगळेजण तिथे पोचले तेव्हा पार्टीची जय्यत तयारी झालेली होती आणि गेल्याबरोबर नटमंडळींनी हातपाय पसरून मद्यपानाला सुरुवात करण्याचा मनसुबा व्यक्त केला. तिलाही मद्याचा आग्रह करण्यात आला. ते चकचकीत पेले, सोनेरी मद्य, उत्तेजक

असलेले वातावरण आणि नाटकाची अजून शिल्लक असलेली धुंदी ह्यामुळे तिला वाटले, एखादा घोट घ्यायला काय हरकत आहे?

घोलपांकडे घेतलेल्या मद्याच्या पहिल्या घोटानंतर आजपर्यंत दोन-चारदा तिने मद्याची चव घेतलेली होती. मद्य घेतल्यानंतर काहीतरी निराळेच मजेदार वाटते हे तिच्या अनुभवाला आलेले होते. तरीपण तिने नम्रतापूर्वक मद्यपानाला नकार दिला. तिला खूप आग्रह करण्यात आला. यजमानांनी तर आपल्या अदबीने लाजवले. शेवटी कोणाचेही मन मोडायचे नाही म्हणून तिने उभ्याउभ्याच मद्याचा पेला हातात घेतला आणि ती म्हणाली, ''आधी मला अंघोळ केली पाहिजे. इतकी चिकचिक झालेली आहे, की मला जीव नकोसा झालाय. आधी मला बाथरुम दाखवा.''

यजमान म्हणाले,

''मी सगळी व्यवस्था केली आहे. तुम्ही मुळीच चिंता करू नका.''

ती म्हणाली, ''नाही, मी माझा ग्लास घेऊन बाथरूममध्ये जाईन. अंघोळ करता करता मी घेईन घोटघोट.''

''पण आम्हाला कंपनी कशी देणार?''

''तुमचं चालू द्या. मी काही तुमच्यातली नाही. प्लीज एक्सक्यूज मी.''

यजमानांचा नाइलाज झाला. ते उठले आणि तिला घेऊन ते वरच्या मजल्यावर गेले. ती, त्या घराचे यजमान आणि या नाटकाच्या दौऱ्याबरोबर आलेली तिची सहाय्यिका सारेचजण वर आली. ह्या घराचे वैभव ती पाहत होती. आणि बेडरूममध्ये शिरल्यानंतर ती थक्कच झाली. तिच्या डोळ्यांतले कौतुक पाहून घराचे यजमान म्हणाले,

''कशी आहे आमची झोपडी?''

''झोपडी कसली? चांगला राजवाडा आहे. ह्या गावात इतक्या चांगल्या तऱ्हेने लोक राहत असतील, हे मला खरंच वाटले नसते.'' बाथरूम पाहून ती चकितच झाली. बाथरूममध्ये गेल्याबरोबर यजमानांनी गिझर लावून पाणी चालू केले. तेलाची बाटली, साबण, टॉवेल सारे कोठे आहे ते दाखवले. बाथरूममधून आल्यानंतर घालण्यासाठी एक सुंदरसा रेशमी नाईट गाऊनही तिथे ठेवलेला होता. सपाता होत्या. एका स्वप्नातल्या महालात आपण आलो आहोत, असे तिला वाटले. सहाय्यिकेने कुंदाची बॅग उघडून तिला नवीन अंतर्वस्त्रे काढून दिली. यजमान व्हरांड्यात बाहेर उभे होते म्हणून बाथरूमचे दार झाकून घेऊन जुनी वस्त्रे तिने फटीतून फेकून दिली आणि दरवाजा बंद केला. पाण्याचा आवाज

व कुंदाचे गुणगुणणे बाहेर ऐकू येत होते. मलिन वस्त्रे धुण्यासाठी खालच्या बाथरूममध्ये जा, असे सांगितल्यामुळे कुंदाची सहकारी स्त्री ते घेऊन खालच्या मानेने निघून गेली.

कुंदा रंगात येऊन अंगाला तेल लावून मर्दन करत होती. आज सगुणा बरोबर असती तर तिने आपल्या शरीराचे मर्दन केले असते आणि मोठी मजा आली असती, असे तिला वाटले. त्या आठवणीनेसुद्धा तिचे अंग शहारले आणि ती एकदम त्या विचारातच इतकी गुंगून गेली, की तिचे भानच हरपले. दरवाजा उघडून कोणीतरी बाथरूममध्ये आले आहे? असे वाटले, म्हणून ती मान वळवून पाहणार, तो घराचे यजमान हावरटपणाने तिच्याकडे पाहत होते. ती म्हणाली, "तुम्ही? इथे?" इतके म्हणताना शक्य तितके शरीर झाकण्याचा तिने प्रयत्न केला. यजमान हसत म्हणाले,

"बाई, घाबरण्याचं कारण नाही. माझी कसलीही अपेक्षा नाही. मोरीतून कसलाच आवाज ऐकू येईना म्हणून खरं म्हणजे मी आत आलो. तुम्हाला पाहिलं आणि तुमचं असामान्य लावण्य पाहून खुळा होऊन बघत बसलो. क्षमा करा. माझ्या मनात तसलं काही नाही. तुमचं स्नान नि:संकोच चालू द्या. तुमची परवानगी असेल तर मी तुम्हाला साहाय्य करतो."

"नको नको, प्लीज तुम्ही जा. तुम्ही खरं म्हणजे यायलाच नको होतं."

"हे पाहा. मी हवंतर डोळे मिटून घेतो म्हणजे तुम्हाला लाजायचं कारण नाही. पण हा सगळा मेकअप जर उतरवायचा असेल, तर तुम्हाला कुणाच्या तरी मदतीची गरज आहे."

तिच्या उत्तराची किंवा विरोधाची कसलीच अपेक्षा न करता ते पुढे झाले. हातावर त्यांनी खोबरेल तेल ओतून घेतले आणि ती अंग चोरत असताना आणि थोडासा प्रतिकार करीत असताना तिच्या पाठीवर तेल चोपडायला आरंभ केला. त्यांचा तो राकट पुरुषी स्पर्श झाल्याबरोबर तिच्या अंगाला एकदम बधिरता आली. सगुणेचाही स्पर्श असाच असायचा. मग ती मोहिनी-मंत्राने भारावल्यासारखी नुसती बसून राहिली, पाठीवरून हातावर, हातावरून वक्षावर, तो स्पर्श फिरत गेला आणि प्रतिकाराचे सारे सामर्थ्य संपून गेले. तो स्पर्श हवाहवासा वाटू लागला. त्या स्पर्शाने अधिकाधिक जवळ यावे असेही वाटून गेले, आणि तिचे शरीर त्या सोयीसाठी किंवा स्वीकारण्यासाठी हवी तशी साथ देऊ लागले. खरं म्हणजे तो शरीरस्पर्श सर्वांगावर पुष्कळ वेळ फिरत राहिला आणि एकदम कुंदाचे शरीर न् शरीर सैल झाले आणि एका अद्भुत आनंदाच्या गर्तेत ती केव्हा

कोसळली, हे तिलाही कळले नाही.

एक-दोन मिनिटे झाली. हळूहळू ती सावध होत गेली. तोपर्यंत तिच्या अंगावर गरम पाण्याचे लोट येऊ लागले. साबणाच्या फेसात आपले हलके झालेले शरीर डुंबते आहे, या जाणिवेने विचारसुद्धा करायचे सोडून दिले. हळूहळू पाण्याचा प्रवाह थांबला. कोणीतरी कानात गुणगुणत होते, 'उठा आता, अंग पुसून झाले आहे.' मांत्रिकाने वश केलेल्या झाडाप्रमाणे पुन्हा एकदा तिच्या सर्व संवेदना पल्लवित झाल्या आणि डोळे उघडून पाहिले, तेव्हा चावऱ्या नजरेने यजमान म्हणाले,

"खात्री पटली? मी काहीही केलेले नाही. स्त्रीच्या संमतीशिवाय स्त्रीपासून मी सुख मिळवीत नाही. मी फक्त तुमची सेवा केली, आवडली?"

"थँक्स, इट वॉज अ सरप्राइज!"

"आता चला! खाली लोक वाट पाहत असतील. हे मद्य घेऊन टाका. कपडे बदला." त्यांनी तिच्या हातात मद्याचा पेला दिला आणि घोटघोट पिण्याऐवजी तिने एकदम पिऊनही टाकला. कपडे बदलण्यासाठी ती तो राकट हात हातात घेऊन बेडरूममध्ये आली. बेडरूम निळ्या रंगाने यक्षभूमीसारखी भारलेली होती. समोरच सहाफुटी आरसा. त्या आरशात तिने आपले प्रतिबिंब पाहिले आणि आपले लखलखते तारुण्य पाहून क्षणभर तिला धन्यता वाटली. आपल्या शेजारी एक पुरुष आहे, त्याची नजर आपल्या उघड्या अंगावरून मुक्तपणे फिरत आहे, ह्याने एरवी शरमिंदा झाली असती, ती कुंदा मनातून तृप्त झाली. तिच्या कानात यजमान पुटपुटले,

"असलं सौंदर्य मी आयुष्यात पाहिलं नव्हतं. ह्या सौंदर्याचा सन्मान कसा करावा, हेच मला समजत नाही.", आणि असे म्हणत आपले राकट पंजे त्यांनी कुंदाच्या खांद्यावर घट्ट रोवले. ते जसे घट्ट रोवलेले होते, तसेच ते तिला खेचीतही होते. मद्य आता हळूहळू तिच्या मस्तकात शिरू लागले. ते राकट पुरुषी सौंदर्य तिला निमंत्रण देत होते आणि ते नाकारण्याची तिला हिंमत किंवा इच्छाही उरली नव्हती.

तिच्या आयुष्यात आलेल्या एकाच खऱ्याखुऱ्या पुरुषाचा स्पर्श म्हणजे भास्करचा होता. पण ह्या दाहक स्पर्शापेक्षा भास्करचा स्पर्श कोमट होता. समोरचा पुरुष आपल्या सौंदर्यावर भुलला होता ही गोष्ट खरी; पण ह्या सौंदर्यावर आपलाच हक्क आहे अशी गुर्मी आणि मस्ती त्याच्या डोळ्यात होती. भास्करच्या लेखी कुंदा ही वरदायिनी देवता होती, आणि देवतेची तो भक्ती करीत असे.

समोरचा हा एक पुरुष होता, आणि त्याचा स्पर्श तिच्या स्त्रीत्वाची मागणी करीत होता. ही मागणीच तिला नवीन होती. कोणीतरी आपला चुरगळा करून टाकावा, आपणही कोणाला तरी चुरगळावे, अशी विध्वंसनाची एक आदिम मागणी तिच्या रक्ताने केली आणि ती पुरवण्याची क्षमता समोरच्या पुरुषात होती. आपल्या देहाला कोणी कुरवाळीत नाही तर आपला देह कोणीतरी चेचून टाकतोय, ह्या कल्पनेने प्रतिकारार्थ तिचेही रक्त पेटून उठले. हा एक निराळाच उन्मत्त आनंद तिला जाणवला होता. एकदाच नव्हे तर कितीतरी वेळा त्या आनंदाची पुनरावृत्ती होत राहावी, अशी एक पाशवी मागणी तिच्या मनात सुरू झाली आणि ती मागणी संपली, तेव्हा तर सूर्यप्रकाश खोलीत येऊ लागला होता.

२२

कुंदाच्या बरोबरची सर्व मंडळी बस घेऊन पुढच्या मुक्कामाला गेलीसुद्धा! आपल्याला सोडून बस गेली कशी, ह्याचे तिला आश्चर्य वाटले; पण तेही आश्चर्य फार काळ टिकले नाही. श्रीपतराव काकड्यांनी स्पष्ट करून तिला सांगितले की आपण त्यांना पुढे जायला सांगितले आणि नाटकाच्या वेळेपर्यंत आपल्या गाडीने आपण कुंदाबाईंना पोचवायचेही काम करू, असेही आश्वासन दिले आहे. ह्याचा अर्थ श्रीपतरावांनी सारा काही बेत अगोदरच आखला होता. त्याचाही खुलासा श्रीपतरावांनी लगेच करून टाकला. श्रीपतराव ह्या नाटकी जगात पुष्कळ वावरले होते. सगुणाचीही त्यांची ओळख होती. म्हणजे सगुणाचे आणि तिचे रहस्य त्यांना माहीत होते. इतक्या उघडपणे हे घडायला नको होते, असे कुंदाला वाटले. पण एकतर आता वाटून काही उपयोग नव्हता आणि त्याहीपेक्षा एका वेगळ्या सुखाची भूक तिने अनुभवली होती. हा मनुष्य दिसायला रांगडा, थोडासा ओबडधोबडसुद्धा आहे; पण हा एक वेगळाच पुरुष आहे. श्रीमंत आहे, धोरणी आहे आणि सावज पकडण्यात मोठा हुषार आहे, हेही तिच्या लक्षात आले.

खरे म्हणजे या दौऱ्यात असे काही घडेल, अशी तिने कल्पनाच केली नव्हती. आता हे घडले होते आणि ते तसे पुसून टाकणेही शक्य नव्हते. आता परत मुंबईला जायचे आणि आपल्या कोमट संसारात संतुष्ट असल्याचा देखावा करायचा, ही गोष्ट खरी नव्हती. श्रीपतरावासारखा माणूस आपल्याला अन्यत्र कोठे भेटला असता, तर आपण त्याची उपेक्षाच केली असती. श्रीमंती वा चातुर्य ह्यांच्या बळावर त्याला जवळही येता आले नसते. पण हे आक्रित घडले–

अनिच्छेने घडले असे म्हणता येणार नाही. पण हे घडल्यानंतर पुढे काय? श्रीपतराव काही आपल्या आयुष्यात स्थिर होणारा पुरुष नाही. किंबहुना त्याला बरोबर घेऊन फिरायला आपल्याला आवडणारसुद्धा नाही. मग आपण सहजगत्या आपल्या आयुष्यात हे नवीनच प्रकरण का उद्‌भवू दिले?

तसा काही ह्या प्रकरणाचा बोभाटा होणार नाही आणि झाला तरी भास्कर त्याच्यावर विश्वास ठेवणार नाही. हे नवीन नाटक आपल्या आयुष्यात काही वेगळेच पर्व घेऊन आले– वेगळ्याच रस्त्याने त्याने आपल्याला खेचून नेले. पण ह्या रस्त्यावरून जाण्याची आपली हिंमत आहे? आणि ह्याच रस्त्याने जायचे होते, तर त्यासाठी नाटकाची यातायात करण्याची गरज नव्हती. ह्या रस्त्यावरून जाणाऱ्याला एका देहाखेरीज दुसऱ्या कोणत्याही गोष्टीची गरज नसते. आता आपल्या देहाच्या ह्या भुका जाग्या झाल्या आहेत. या भुकांना जर आपण आवर घातला नाही, तर मग आपल्या आयुष्याची अखेर काय होईल, ह्या चिंतेने ती व्याकूळ झाली. अखेरी जे आपण जपायला हवे ते आपण उधळून टाकले, विनासायास-विनामूल्य. निदान या गोष्टीचा मोबदला तरी वसूल करायला हवा होता. त्या कल्पनेनेसुद्धा ती पुन्हा एकदा शहारली. ह्याचा अर्थ आपण देहाची विक्री केली असा होतो. श्रीपतराव श्रीमंत आहे, उदारसुद्धा असावा. एवढ्याशा ओळखीवर आपण काही मागितले तर तो देईल का? आणि आपण तरी घ्यावे का? अशी आपण देहाची किंमत वसूल करणे हे तरी कितपत न्याय्य आहे? द्यायचे ते देऊन झालेच आहे. आता नीति-अनीतीची चर्चा करण्यापेक्षा व्यवहार सांभाळायला काय हरकत आहे?

एका छोट्या आडगावात राहिलेली, चांगल्या संस्कारांत वाढलेली, नाटकाचा छंद घेतलेली आणि गाण्यात रंगलेली कालची एक साधीभोळी विवाहित स्त्री, परपुरुषाच्या स्पर्शाने व्यवहारी बनली. एकदम तिने आपली शस्त्रे सज्ज केली. दुपारी जेवून श्रीपतरावांच्या मोटीरीतून शे-दीडशे मैलांचा प्रवास करून दोघे नाटकाच्या मुक्कामाला जाणार होती. चार-पाच तासांचा अवधी होता. कुंदाचे स्त्रीत्व शाबूत होते. कुंदाच्या सौंदर्यावर भाळलेला धनिक श्रीपतराव अजूनही तिच्या अंगोपांगांत गुंतलेला होता. कुंदाजवळ चातुर्य तर होतेच, पण आता त्या चातुर्याला काही स्वार्थही चिकटला होता. चाळीतल्या जागेऐवजी तिला तीन-चार खोल्यांचा फ्लॅट हवा होता. तिने आपल्या गरजा सहजगत्या त्याच्या कानावर घातल्या, की शिकारी भक्ष्य झाला. पुन्हा एकदा तिने आपल्या उत्तान अंगाने त्याला निमंत्रण केले. रात्री जे घडले तो एक अपघात होता. पण आता मात्र तो

योजनाबद्ध सापळा होता. कुंदाचा सगळा इतिहास मुळात श्रीपतरावांना माहीत होताच. ही स्त्री कायमची गुंतवता आली तर हवी होती. रंगात आलेला खेळ मध्येच थांबवून कुंदा म्हणाली, ‘‘तुम्ही कधी मुंबईत आलात आणि भेटायचं ठरवलंत तर तुम्हाला माझ्या चाळीतल्या घरात कधी येता येणार नाही.’’

खेळाचा बेरंग झाल्यामुळे श्रीपतराव म्हणाला, ‘‘का बरं? तुम्ही काय चाळीत कायमचं राहणार थोड्याच! तुमच्यासारख्या गुणी नटीला फ्लॅट हवाच.’’

‘‘पण, माझ्यासारख्या नटीला असा फ्लॅट जन्मात घेता येणार नाही.’’

कुंदाने आपल्या शरीराची चाळवाचाळव केली. ती आळसून उठून बसली आणि त्याबरोबर तिचा वक्षभाग श्रीपतरावाच्या डोळ्याला जाळू लागला. तो एकदम तिच्या अंगाशी झटापट करू लागला. तेव्हा कुंदा म्हणाली, ‘‘असं हावरटासारखं काय वागता? मी कोठे पळून जाते आहे? माझ्या आयुष्यात माझ्या नवऱ्याव्यतिरिक्त आलेला अन्य पुरुष म्हणजे तुम्हीच. तुम्हाला मी कशी विसरणं शक्य आहे?’’

‘‘हे बघा बाई, मुंबईला गेलात की आम्हाला विसरून जाल. आम्ही भोळी, अडाणी माणसं.’’

‘‘तुमचा अडाणीपणा कळला रात्री मला.’’

श्रीपतराव खो खो हसले. त्यावर कुंदा म्हणाली,

‘‘तुम्हाला तुमची योग्यता कदाचित माहीत नसेल; पण स्त्रीला खऱ्या पुरुषाची ओळख पटायला वेळ लागत नाही. तुम्ही मुंबईत येऊन का राहत नाही, श्रीपतराव!’’

‘‘ह्यां! काहीच्या बाहीच बोलता की बाईसाहेब. इथली शेतीवाडी आणि कारखाने कोण बघणार?’’

‘‘निदान मग मुंबईत एखादा फ्लॅट तरी घ्या, म्हणजे कधी आलात तर गाठीभेटी तरी होतील.’’

‘‘हे मात्र आपल्याला पटलं. आपण तुम्हाला एक चांगला फ्लॅटच देऊन टाकतो. एक खोली माझ्यासाठी राखून ठेवा म्हणजे झालं. म्हणजे तुमचीही सोय झाली आणि माझीही सोय झाली. किती पडतात एका फ्लॅटला हल्ली?’’

‘‘मला काही कल्पना नाही. पण लाख-दीड लाख लागतील.’’

‘‘हात तेरे की, लाख रुपये म्हणजे अगदी झाडाचा पाला हो. तसं कशाला? मी तुम्हाला आत्ताच चेक देऊन टाकतो. आत्ता आपण बीडला जाणार आहोत. तिथे चेक वटवून टाका. खात्यात मात्र भरू नका हं, नाहीतर आमची

बायको गहजब करेल.''

"म्हणजे तुमचं लग्न झालंय?''

"म्हणजे काय? मला बायको आहे. दोन मुलं आहेत.''

"ती कोठे असतात मग?''

"आमचं गाव आहे येथून दहा-पंधरा मैलांवर. तिथं असतात सगळी.''

"मग बायको-मुलं असताना तुम्ही माझ्यासारख्या स्त्रीला गुंतवलेतच कशाला?''

"अहो, आमची बायको वेंधळी, अशिक्षित, पण खानदानी घराण्याची आहे. तिच्याबरोबर संसार तर करता येत नाही आणि टाकूनही देता येत नाही, अशी मोठी आफत झालेली आहे. पण तुम्ही काळजी करू नका. तुम्हाला द्यायचं ते इनाम आम्ही जरूर देऊ.''

कुंदाचा चेहरा जरा फुरंगटल्यासारखा झाला, ते पाहिल्याबरोबर श्रीपतराव आणखी पाघळले. तिला जवळ ओढीत कुस्करत ते म्हणाले,

"तुमच्यासारखी बाई भेटेल, असं स्वप्नात तरी आलं होतं का?''

"काही सांगू नका, पुष्कळ स्त्रिया तुमच्या आयुष्यात आल्या असतील, त्यांतलीच मी एक.''

"खोटं बोलणं काही आपल्याला जमत नाही बाई. बाया पुष्कळ आल्या आयुष्यात ही गोष्ट खरी. पण त्या सगळ्या धंदेवाईक बाया. तमासगिरिणी, कोलाटणी. तुमची सर त्यांना थोडीच येणार आहे?''

"एवढं काय आहे हो माझ्यात?''

"ते आता आम्ही तुम्हाला काय सांगणार? ते ज्याचं त्यानं समजून घ्यायचं. तुमच्याशिवाय आम्हाला गत नाही एवढी गोष्ट मात्र खरी.''

"ते काही नाही. मी येथून गेल्यावर तुम्ही मला विसरूनसुद्धा जाल आणि हे पाहा– पहिल्यांदा मला अहोजाहो करायचं बंद करा बघू.''

"बरं बुवा. हे बघ कुंदा, आता ह्याच्यापुढे दुसरी कोणती स्त्री आपल्या आयुष्यात येणार नाही. तसं कशाला? थांब जरा.'' असं म्हणून ते उठले आणि ड्रॉवरमधून त्यांनी चेकबुक काढले, एक लाख रुपयांचा चेक लिहिला, आणि ते म्हणाले, 'हे घे.'

"काही नको मला. मी काय पैसे घेऊन देह विकणारी धंदेवाली बाई समजलात?''

"अगं नाही बाई, हे तुला मी देतोय ते भेट म्हणून समज. नाहीतरी तू

फ्लॅट घेतलास तर मलाच त्याचा उपयोग होणार आहे की नाही? तुझी पर्स कुठे आहे?'' श्रीपतराव उठले. पलीकडे केविलवाणेपणाने पडलेली पर्स त्यांनी उचलली. आणि चेक त्यात ठेवला. आणि ते परत कुंदाजवळ आले, म्हणाले, ''आता तरी झालं?''

खरेतर कुंदा मनातून आनंदित झाली होती. एक लाख रुपये काही कमी नव्हते. ज्याची मागे खूण राहणार नाही असल्या क्षणिक शरीरसुखासाठी एक लाख रुपये फेकणारे पुरुष जगात असू शकतात, ही गोष्टच तिला अद्भुत वाटली. ज्या देहाची आपल्याला फारशी किंमत वाटत नव्हती, तो आपला देह एवढा किंमती असेल, ह्या कल्पनेनेसुद्धा ती हरखून गेली. पण मनातला हा सारा आनंद मनातल्या मनातच राहिला. तिने आपले बाहुटे वर केले. श्रीपतरावाला निमंत्रण केले. आपल्या डोळ्यांत हुकमी निमंत्रण कसे काय येऊ शकते, याचेसुद्धा तिला आश्चर्य वाटले. खरे म्हणजे आपले शब्द हे आपले नाहीत. कोणीतरी आपल्याला आतून बोलायला भाग पाडतेय, असे तिला वाटायला लागले. आपल्या अंत:करणात कोणतीतरी एक नवीनच शक्ती निर्माण झाली आहे आणि त्या शक्तीवर आपले काहीही नियंत्रण नाही, हेही तिच्या लक्षात आले. पण मिळालेल्या लाख रुपयांची किंमत चुकवणे हे आवश्यकच होते. तिने त्या रांगड्या पुरुषाला पुन्हा एकदा पेटवले. आणि ह्या सुकुमार स्त्रीच्या अधीन होण्यासाठी तोही धावून गेला.

२३

दौऱ्याहून कुंदा मुंबईस परतली, तेव्हा ती अंत:र्बाह्य बदललेली स्त्री होती. या मोहाच्या जगात अखेर प्रत्येकाच्या चारित्र्याचे संरक्षण त्याचे संस्कार करीत असतात. आपल्या हातून कळत नकळत मोहापर्यंत पाऊल पडते; परंतु प्रत्यक्ष मोह दृष्टिपथात आला की गात्रे माघार घेतात, आपलीच नव्हे तर दुसऱ्याचीसुद्धा. म्हणून समाजात वावरताना एक प्रकारची सुरक्षितता लाभते. परस्परांच्या तणावाने आयुष्याचे वस्त्र विणले जाते, आणि हे तणावच खरे म्हणजे माणसाचे कवच असते. पण कोणत्याही कारणाने का होईना हे तणाव संपले, की मग संरक्षक कवच आपोआप गळून पडते. मोहाचा पहिला स्पर्श घेण्याची संधी मनाने कित्येकदा अव्हेरलेली असते; पण एकदा का हातून पहिले पाप घडले, की मात्र रक्षण करणारे कोणी उरत नाहीत. कुंदाच्या आयुष्यात हा प्रसंग घडलाच नसता, तर तिचे आयुष्य बदलले नसते, निदान पुढच्या प्रसंगापर्यंत तरी, आणि असे

प्रसंग वारंवार येत नसतात.

पण आता मात्र संस्काराने आणून उभा केलेला तंबू भुईसपाट झाला होता. आता धरबंध असलाच तर स्थितीच्या अनुकूलतेचा किंवा दुसऱ्या व्यक्तीच्या समजदारपणाचा. ज्या जगात ती राहत होती, तिथे चारित्र्याच्या कल्पना मुळातच धूसर होत्या. अनेक वखवखलेले लांडगे नवनव्या शिकारीच्या शोधात नाटक, सिनेमात वावरतच असतात. स्त्रीच्या डोळ्यांतला कठोर भाव, किंवा तिचे वागणे-चालणे यामुळे ते अनावर होत नाहीत, पण ते अशा शिकारीच्या पाळतीवर असतात.

किती झाले तरी कुंदा विवाहित स्त्री होती. तिला घरीही परतावे लागत होते. नव्या नाटकांच्या तालमीसाठी किंवा जुन्या नाटकांच्या प्रयोगासाठी ती बाहेर पडू शकत होती; पण एरवी तिला काही ना काही नियम पाळावेच लागत होते. स्त्रीला एक उपजत शहाणपण असते. त्या शहाणपणामुळे कोणत्या प्रवाहात किती वाहत जायचे, हे तिला ठरवता येते. वाहता वाहता आपला स्वार्थ साधत असेल, तर किती पुढे जायचे, कुठे थांबायचे, हेही ती ठरवत असते. पूर्वी तिला सौंदर्याची आणि तारुण्याची जाण होती. आता मी मी म्हणणाऱ्या पुरुषांचे एक नवीन साधन तिला सापडले होते. नुसते हसले तरी लोक पाघळतात, स्पर्शामुळे मोहोरतात आणि एखादी स्त्री प्रत्यक्षात जिंकली ह्या आनंदात कोणतीही गोष्ट गमावतात, हा धडा तिने गिरविला होता. मुळातच ती अभिनयात निपुण होती. पण तो अभिनय नाट्याभिनय नव्हे तर भावना लपवण्याचा. कोठे पडते घ्यायचे, कोठे स्वाभिमान दाखवायचा, कोठे केवळ हसून वेळ साजरी करायची, ही सारी नाटके आपोआपच तिच्या अंगात येऊ लागली. नाटकधंद्याच्या क्षेत्रात ती तशी नवी नव्हती; पण एका परपुरुषाच्या स्पर्शाच्या अनुभवाने ती संपन्न झाली होती.

मुंबईत आपल्यापासून महिना-दोन महिन्यांच्या अवधीत तिने फ्लॅट घेत असल्यावा प्रस्ताव भास्करपुढे मांडला. फ्लॅट घ्यायला लागणारे पैसे कोठून आले हा प्रश्न त्याने एरवी विचारला असता, परंतु तिनेच आपण होऊन खुलासे प्रतिखुलासे केले. फ्लॅट हप्त्याने मिळणार होता. स्वस्तात मिळणार होता. परस्पर नाईटमधून हप्ते चुकणार होते. या सगळ्या स्पष्टीकरणातून आपण भास्करचे समाधान केले, अशी तिने समजूत करून घेतली. पण एवढी मोठी रक्कम आज मिळणाऱ्या कुंदाच्या नाईटमधून फिटणे अशक्य होते, हे भास्करला ठाऊक होते. पण शब्दाला शब्द वाढवायचा नाही, असा निर्धार करून तो गप्प राहिला. एवढेच नव्हे तर कुंदाचे तारू कोठेतरी भरकटत निघालेय, ह्याची जाणीव त्याला होऊ लागली. अलीकडे ती नको तितक्या जिव्हाळ्याने अन्

आपुलकीने वागू लागलेली आहे, ह्याचा अर्थ आरंभी भास्करला उमगला नाही. पण तिचे मूड्स ताबडतोब बदलतात, क्षणार्धात ती परकी होते, ह्यामुळे मात्र तो बिचकू लागला. ह्या नवीन ब्लॉकमध्ये तो मोठ्या नाराजीने राहायला गेला. ब्लॉक हवेशीर होता, चांगला होता, आणि तिथे येण्यापूर्वीच कुंदाने तो चांगला सजविला होता. असे असून त्या फ्लॅटमध्ये त्याला अस्वस्थ वाटायचे. म्हणून त्याने जुन्या चाळीतली जागा तशीच ठेवली आणि तिथला क्लासही तसाच ठेवला. नव्या जागेत वास्तविक अधिक निवांतपणा होता. येणाऱ्या विद्यार्थ्यांना ती जागाही सोयीस्कर होती. पण तरीही तो सकाळी अंघोळ करून बाहेर पडे तो चाळीकडेच येई. पूर्वी नाही म्हटले तरी गाठीभेटीसाठी लोक चाळीत यायचे आणि शिकवणीत व्यत्यय यायचा. आता विद्यार्थ्यांना अधिक मोकळेपणाने शिकवता येऊ लागले आणि रियाजालाही अधिक वेळ देता येऊ लागला. कुंदा दौऱ्यावर गेली, तर तो कधी कधी चाळीतच राहू लागला.

त्यांच्या त्या नव्या फ्लॅटवर येणाऱ्या-जाणाऱ्यांची खूप वर्दळ असे. निर्माते, नट, पत्रकार, चाहते अधूनमधून येतच असत. बोलवले तरच भास्कर त्यांच्या बैठकीत येऊन बसत असे. एरवी एकतर तो घरातच नसे किंवा असलाच तर आपल्या खोलीत असे. एखाद् दिवशी जणू काही आपण एकमेकांना भेटत नाही, एकमेकांकडे दुर्लक्ष करतो असा उगाचच कांगावा करून कुंदा प्रेमाचे नाटक करायची. तेवढ्यापुरती ती अगदी आरंभाच्या काळातील त्याची प्रेयसी व्हायची. त्या दिवशी अपूर्वाईने नव्याने नेमलेल्या स्वयंपाकीणबाईच्या ऐवजी कुंदा स्वयंपाक करी आणि मग दोघे जुन्या आठवणी काढत जेवण करीत. संसारात आपले किती लक्ष आहे, नवऱ्यावर आपला किती जीव आहे, हे दाखवण्यासाठी ती जेव्हा आटापिटा करी, तो पाहून भास्करसुद्धा कधी कधी चक्रावून जात असे. अशा वेळेला ती अगदी सोज्वळ गृहिणीसारखी आणि पतिव्रतेसारखी वागण्याचा प्रयत्न करी. अशा वेळेला, भास्कर दुर्मीळ झालेले हे सुंदर क्षण दोन क्षण जगायचा प्रयत्न करी. पूर्वीसारखा रंगरंगोटी नसलेला साधा चेहरा, गोल साडी आणि अल्लड भाव त्यांच्यातला दुरावा संपवून टाकी. ती भास्करला बिलगून राही. खुषीत राहून सद्गदित होई आणि त्याला कामोत्सवाचे निमंत्रण देई. कधी कधी पंधरा पंधरा दिवस किंवा महिना महिना अशी घटका येत नसे. नवऱ्यावरचे स्वामित्व टिकवण्याचा आणि संसार टिकवण्याचा तिने शोधून काढलेला हा एक अभिनव सापळा होता आणि त्या सापळ्यात भास्कर पुन्हा पुन्हा अडकत होता.

आता तिच्या येण्याजाण्यावर तसा फारसा निर्बंध उरलेला नव्हता. ती पुण्याला किंवा नाशिकला प्रयोग आहे असे सांगायची आणि एखादा नाट्यप्रयोग झाल्यानंतर ती परत येत नसे किंवा आली तरी ती तिच्या स्वतंत्र खोलीत जात असे. ती मद्यपान करते ही गोष्ट आता गुप्त राहिलेली नव्हती किंवा चोरीची नव्हती. कधी कधी एखाद्या पार्टीला ती त्याला घेऊन जाई. त्याची इच्छा नसेच, परंतु जवळजवळ जबरदस्तीनेच नेई. तिच्या भोवती वावरणारे आणि पुढे पुढे करणारे नाट्यक्षेत्रातील लोक तो असला की जरा दबून वागत. नको त्या काही क्षणी लोकांना दूर ठेवण्याचे साधन म्हणून कुंदा भास्करला वापरत होती. भास्करच्या कानावर काही वेळेला इच्छा नसूनसुद्धा नको त्या गोष्टी पडत. लक्ष द्यायचे नाही असे म्हटले, तरीसुद्धा त्याची खूप कुचंबणा होत असे. पण हे सारे थांबवणे किंवा त्यात बदल करणे आपल्या हातात नाही, हे त्याला कळले होते. अलीकडे तो त्याला मिळणारे पैसे कुंदापाशी देत नसे, आणि कुंदानेही कधी मागितले नाहीत. कारण आता तिच्या ह्या भरभराटीच्या काळात भास्करची प्राप्ती फारसा फरक करू शकत नव्हती. नाटक नाही, तालीम नाही, किंवा कुंदाला कोठे बाहेर जायचे नाही, असा प्रसंग आता फारच क्वचित घडे. म्हटले तर संसार शाबूत होता, म्हटले तर तो मोडलेला होता. तो खऱ्याखुऱ्या अर्थाने मोडायला– अगदी सहजगत्या तो मोडायला– एक निमित्त मिळाले आणि संसाराच्या ह्या चालू नाटकाचा प्रयोग कायमचा बंद पडला.

एक दिवस आठ दिवसांच्या दौऱ्यावर आपण जाणार आहोत, असे कुंदाने जाहीर केले आणि त्याप्रमाणे कुंदा निघूनही गेली. कुंदा नसली की सारे घर स्वयंपाकीणबाईवरच सोपवले जाई. कुंदा घरात नसल्यामुळे आज वेळेवर परतण्याचे भास्करला कारण नव्हते. आपला नित्याचा कार्यक्रम आटोपून रात्री भास्कर दहा-अकरा वाजता घरी परत यायचा. घोलपांकडची नोकरी त्याने अजून सोडलेली नव्हती; पण त्या नोकरीत त्याच्या लेखी काहीही अर्थ उरलेला नव्हता. एरवी तो तिथे एक चक्कर मारायचा, काम आहे का बघायचा, घोलप असले तर थोडावेळ बसायचा आणि नसले तर आपल्या पूर्वीच्याच चाळीत येऊन आराम करायचा. त्या चाळीतील घरात आता त्याचाच एक शिष्य अधूनमधून राहत असे, घर स्वच्छ ठेवीत असे, अगदी प्राथमिक अशा विद्यार्थ्यांना शिकवतही असे. त्याचा घरात जेव्हा मुक्काम असे, तेव्हा त्याच्या गरजेनुसार केव्हा चहापाणी तर कधी जेवण करण्यालाही तो मदत करीत असे.

भास्करला जुनी सारीच नाटके मुखोद्गत होती, आणि ती तो पुनःपुन्हा

घासूनपुसून तयार ठेवीत असे. त्यांतल्या गाण्यांचा त्याचा रियाज तर नेहमीच चालू असे. अधूनमधून होणाऱ्या संगीत नाटकात काम करणारे नट किंवा हौशी नाट्यसंस्था त्याच्याकडे मार्गदर्शनाला येत आणि तोही त्या नाटकाच्या प्रयोगांना हजर राहून त्याच्या अनुभवाचा फायदा देत असे. एखादा नट काही कारणाने गैरहजर राहिला, तर ती भूमिकासुद्धा तो धकवून नेत असे. साऱ्या नाट्यवर्तुळात आता त्याची माहिती झाली होती. काहींना त्याच्याबद्दल आदर तर काहींना त्याच्याबद्दल मत्सरही वाटत असे. एक देखणी लोकप्रिय नटी त्याची बायको आहे आणि तिच्या मिळकतीवर जगणारा एक नटीचा नवरा अशीसुद्धा त्याच्या मागे त्याची टिंगल होत असे. नाटकात त्याचे गाणे कधी फारसे कोणाला ऐकायला मिळत नव्हते. कारण मोठी संगीत नायकाची भूमिका करून दाखवण्याची हिंमत त्याने दाखवली नव्हती. त्याने आपल्या आवाजावर पुष्कळ नियंत्रण आणले होते. पण तारसप्तकात सूर चढवता येईल, असा त्याला विश्वासच वाटत नव्हता. एरवी खाजगी गाण्यात किंवा कसले दडपण नसेल, तर तो चढ्या आवाजात गाऊ शकत असे; नाही असे नाही. पण कोणत्याही संगीत नाटकात, संवादात एकदम चटकन आपल्या स्वतःच्या पट्टीत गाणे, आवाज स्थिर करणे आणि चमत्कृतिपूर्ण रंजक गाणे गाऊन प्रेक्षकांना जिंकणे ह्या गोष्टीला त्याचा गळा त्याला साथ देईल, असे त्याला वाटत नव्हते. एकदोनदा त्याने नाटकातल्या छोट्या संगीत भूमिका स्वीकारल्या होत्या; पण त्या वेळेस कोणताही धोका न स्वीकारता नाटकातील गाणे सुस्पष्टपणे म्हणून त्याने भूमिका निभावली होती. अंतःकरणात अस्सल गाणे जन्म पावावे, बुद्धीला वेगवेगळ्या स्वरांनी मोहिनी घालावी; परंतु गळ्यात मात्र स्वरांनी साथ देऊ नये, अशी त्याची कोंडी झालेली होती. गुणगुणताना किंवा शिकवताना तो मान्यवर अशा सर्व गायकांच्या शैलीचा हुबेहूब भास निर्माण करीत असे. पडद्याआडून त्याचे गाणे ऐकले की त्या जुन्या नटांचा भास होतो, असे वाटायचे. एकदा अशीच गाण्याची चर्चा चालू असताना दीनानाथांच्या आक्रमक शैलीचा प्रत्यय आणून देण्याच्या वेळेस त्याच्या गळ्याने एकदम असहकार पुकारला. सरळ रस्त्यावरून त्याचे स्वर सहजगत्या गळ्यातून येत; पण कधी वेडावाकडा खाचखळग्यांचा आणि त्याहीपेक्षा चढउताराचा रस्ता आला, की आपोआपच त्याच्या मनात भय उत्पन्न होई आणि तो एकदम माघार घेई. आपण केव्हातरी धीटपणाने सर्वस्व पणाला लावून आपल्या गळ्याची परीक्षा घेतली पाहिजे, असे त्याच्या मनात येत नव्हते, नाही असे नाही; परंतु ती धिटाई त्याच्या प्रकृतीतच नव्हती. परिणाम असा होई की अश्विनशेठची, धैर्यधराची,

कृष्णाची, अर्जुनाची एवढेच नव्हे तर नारदाची भूमिका मिळणे शक्य असून ती त्याला करता आलेली नव्हती. आणि ज्या नटाला प्रेक्षकांच्या समोर गाता येत नाही त्या नटाचे गाण्याचे ज्ञान कितीही असले, तरी व्यवसायाच्या दृष्टीने ते निरुपयोगी होते.

२४

ज्या दिवशी कुंदा दौऱ्यावर गेली असे त्याला कळले, त्या दिवशी घोलपांकडे जाऊन आपण आपल्या जुन्या घरी परतावे, असे त्याने ठरवले होते. त्यानुसार घोलपांकडून चक्कर मारून तो घरी पोचला. अलीकडे विद्यार्थ्यांच्या संख्येत वाढ झाल्यामुळे काही विद्यार्थी संध्याकाळी आपली नोकरी-उद्योग संपवून क्लासला येत. तसे ते आजही आले होते. त्यांतले एक-दोन विद्यार्थी केवळ आपण गाणे शिकतो, याच आनंदासाठी यायचे. पण दुकान खोलून बसलेल्या माणसाला पैसे दिलेल्या गिऱ्हाइकाला सांभाळावेच लागते. त्यामुळे त्यांच्या कुवतीनुसार त्यांना शिकवण्याचा भास्कर प्रयत्न करत होता. परिश्रमाने गाणे समजते, पण गाणे येतेच असे नाही. कारण गाणे ही एक मानवी अवस्था आहे आणि ती अवस्था केवळ परमेश्वराच्या अधीन आहे. ऐकलेले गाणे उचलणे आणि जसेच्या तसे गळ्यातून काढून दाखवणे ही गोष्टसुद्धा पुष्कळांना अशक्य वाटते. कुंदासारखे विद्यार्थी थोडेच, की ज्यांना टिपकागदाप्रमाणे सांगाल ते शोषून घेण्याचे आणि पुन्हा जसेच्या तसे करून दाखवण्याचे सामर्थ्य असते. स्वरांच्या समूहाचे सौन्दर्य समजावून घेऊन आपल्या व्यक्तिमत्त्वाच्या सोयीनुसार वेगळ्या आकृतिबंधाने गाणे गळ्यातून उमटवणे, ही गोष्ट तर आणखीनच कठीण. पण निदान पुन:पुन्हा स्वर डोक्यात आणि गळ्यात ठसवून घेण्यासाठी जागता गळा असणे ही गोष्टसुद्धा दुर्मीळच आहे. मठ्ठड विद्यार्थ्यांना शिकवणे हे नेहमीच कंटाळवाणे आणि नीरस होते. पण तो एक आपद्धर्म होता.

अशीच स्वरांशी झोंबी खेळणाऱ्या विद्यार्थ्यांना शिकवीत भास्कर बसला होता. एवढ्यात संगीत नाटकाचे एक ठेकेदार पेडणेकर घाईगर्दीने क्लासमध्ये शिरले. स्वागताचा उपचारसुद्धा होण्याआधीच तो म्हणाला,

''पंत, आजची वेळ तुम्ही सांभाळून नेली पाहिजे. आज संशयकल्लोळचा खेळ संघात आहे. बुकिंगसुद्धा चांगलं झालं आहे. पण अचानक रामभाऊंची प्रकृती बिघडली आणि ते काम करू शकत नाहीत. तुम्ही आजच्यापुरते काम रेटून न्या.''

"तुम्हाला काय वेड लागलं आहे का, पेडणेकर? अहो, जर मला हे काम करता आलं असतं, तर यापूर्वीच नसतो आलो का रंगभूमीवर? तुम्हाला माहीत आहे, की मला अजून आवाजावर ताबा मिळवता आलेला नाही, शिवाय संशयकल्लोळ काय गंमत आहे? तिथे गाण्याची परीक्षा आहे. हां, तुम्ही भादव्याच्या कामाबद्दल म्हणाला असतात किंवा वैशाखशेठच्या कामाबद्दल म्हणाला असतात, तर ठीक होते. पण अश्विनशेठचे काम मला अशक्य आहे."

"पंत, तुम्ही असं म्हणू नका. तुम्ही नाटकं गाजवलेली आहेत. गाणे हा तुमचा धर्म आहे. कामचलाऊ गाणं गाऊन तुम्ही आजची वेळ साजरी करू शकाल. अहो, अशी संधी पुन्हा मिळणार नाही. जर का आजचं काम जमून गेलं, तर रामभाऊंचा दौऱ्याला उपयोग नसल्यामुळे तुम्हाला दौऱ्यावर नेता येईल."

"ते सगळं खरं आहे, पेडणेकर, पण जर का माझी फजिती झाली, तर मुंबईतूनच मला पळ काढावा लागेल. त्यापेक्षा चाललं आहे हे बरं आहे."

"पंत, तसं करू नका. तुम्ही नुसतं गाणं गुणगुणा आणि वेळ मारून न्या. स्वरांशी झटापट करताय कशाला? सगळी गाणी म्हणूच नका. चार-दोन गाणी म्हणा आणि आजचा प्रसंग निभावून न्या."

"पेडणेकर, तुम्ही म्हणता त्यात काही तथ्य नाही. याचं कारण संशयकल्लोळसारखं नाटक पैसे खर्च करून जे पाहायला येतात, ते काय मूर्ख असतात? शिवाय रामभाऊंसाठी आलेला प्रेक्षक गाण्याची अपेक्षा करणारच. प्रेक्षकांनी कुरकुर केली तर तुम्ही काय करणार? सगळ्यांचे पैसे परत द्यावे लागतील आणि केवढी चमत्कारिक परिस्थती निर्माण होईल!"

"काही नाही हो पंत, आपण आधी जाहीर करू. ज्यांना पैसे हवे असतील त्यांना पैसे परत देऊन टाकू. लांबून आलेले प्रेक्षक सहसा पैसे परत मागत नाहीत. शिवाय इतर नटसंच चांगला आहे. शरद भादव्याचं काम करतोय. कुसुमताई कृत्तिका आहेत आणि मुख्य म्हणजे जयश्रीबाई रेवती आहेत. दाजी फाल्गुनराव आहेत. लोक तक्रार करणार नाहीत. ऐका तुम्ही."

पेडणेकरांनी नाटकी जगात आवश्यक असणारी सारी खुशामत केली. आणि भास्कर विरघळला. खरे सांगायचे तर कितीतरी वर्षांनी रंगभूमीवर तो पुन्हा नायकाच्या भूमिकेत उभा राहणार होता. रंगभूमीवरचा तो प्रकाश, धूपाचा वास, ऑर्गनचे सूर, गजरे आणि वेण्या घातलेला तो प्रेक्षकसमुदाय हे सारे पुन्हा आज त्याच्या आयुष्यात येणार होते. आव्हान होतेच– मोहात पाडणारे आव्हान होते, पण त्याचे मन कच खात होते. अवधी असता तर पेडणेकरांची त्याने समजूत

घातली असती; पण आठ वाजायला आले होते. वेळ असा नव्हताच. पेडणेकर तर अस्वस्थ झालेलेच होते. मोठ्या नाइलाजाने भास्कर टॅक्सीत जाऊन बसला आणि संघमंदिरात पोचला. पेडणेकरांनी अगोदरच कपड्यांची व्यवस्था केलेली होती. रंगायला बसण्यापूर्वी त्यानं तिथं असलेल्या गणपतीपुढे वाकून नमस्कार केला. करुणा भाकली. नटराजाच्या पूजेसाठी तो आपणहून पुढे झाला. झटकन सगळे लोक गोळा झाले. भाविकतेने सर्वजण नटराजाला शरण गेले.

कला-जगताची गंमत हीच आहे, की एरवी मुजोर असणारे नट किंवा नास्तिक असणारे नट नाट्यप्रयोगाच्या आधी एकदम भाविक बनतात. नाटक रंगणे ही नाहीतरी दैवाधीन गोष्ट आहे. ह्या ठिकाणी नटाने पराकाष्ठा केली म्हणून नाटक रंगतेच असे नाही. एकतर नाटक ही एक सामूहिक कला आहे आणि त्याहीपेक्षा अनोळखी अशा शेकडो रसिकांची ती साक्षात गाठभेट आहे. ह्या ठिकाणी नाटक घडते, पण नाटक चालत नाही. हा परकायाप्रवेशाचा एक आध्यात्मिक विधी असतो. इथे नटांचा देह आणि मन इतके हलके-फुलके आणि तरंगणारे व्हावे लागते, की निमंत्रित केलेल्या नाटकातील व्यक्ती त्याचा स्वीकार करू शकल्या पाहिजेत. परकायाप्रवेशाची ही योगसाधना नटराजाच्या साक्षीनेच सिद्ध व्हायची असते.

नटराजाची पूजा झाली. तबकावरून सर्वांनी हात फिरवले आणि नमस्कारही केला. तबक खाली ठेवल्यावर कितीतरी लहानमोठ्या नटांनी भास्करच्या पायाला हात लावून स्पर्श केला. भास्कर हा जाणता नट खराच; पण एक चांगला दिग्दर्शक आणि संगीतकार म्हणून नाट्यवर्तुळात माहीत होता. नाटकव्यवसायात नटांची कीर्ती, निर्मात्यांची श्रीमंती यापेक्षा परंपरेला महत्त्व असते, आणि भास्कर संगीत नाटकाच्या जगात परंपरागत मास्तरच्या भूमिकेत ओळखला जाई. भास्करचे अंग मोहरून आले. त्याच्या डोळ्यांत पाणीसुद्धा तरळून आले. पुन्हा केव्हा नाटकासाठी रंगभूमीवर येता आले नाही तरी चालेल; पण आजची वेळ नटराजाने गोड करून घ्यावी, असे त्याला पुन्हा पुन्हा वाटू लागले.

नांदी झाली, त्याबरोबर सारा रंगमंच आणि नाट्यगृह सुरांनी भरून गेले. ऑर्गनचा सूर दशदिशांनी फिरला आणि त्याने साऱ्या यक्षकिन्नरांना निमंत्रण केले. हजारोंचे डोळे आणि कान स्वरानंदांनी तुडुंब भरून गेले. रंगपटात रंगत असलेल्या भास्करचाही आत्मविश्वास जागा होऊ लागला. खालच्या मानेने वावरणारा भास्कर रंगेल, उदार, सुसंस्कृत श्रीमंत अशा अश्विनशेठच्या भूमिकेत रूपांतरित होऊ लागला. फाल्गुनरावाचा व भादव्याचा प्रवेश चांगला रंगला. अश्विनशेठ

आपल्या प्रवेशाची उत्कटतेने वाट पाहू लागला,

हा रुमझुम मंजुळ आवाज कसला बरे? प्रश्न कशाला? तिच्याच पैंजणाचा. अहाहा! साधी चालण्यातही पावलेसुद्धा किती तालात चालतात! पैंजण तरी किती सुरेख आहेत! रुमझुम रुमझुम. यावे यावे. तृषितचातकमेघमाले, यावे.

हे त्याचे संभाषण संपण्यापूर्वीच ऑर्गनवाल्याने ओळखीचा स्वर ऑर्गनमधून काढला. सारंगीही त्या सुरात मिसळून गेली. समेसाठी तबलजीसुद्धा बाहू स्फुरवून बसले. अश्विनशेठच्या भूमिकेतील भास्कर किंचित पुढे झाला आणि–

'सुकांत चंद्रानना पातली धनु सरसावुनी' असे सुरेल गाण्याचे ते चिरपरिचित स्वर त्याच्या तोंडून उमटले. प्रथम त्याचा विश्वासच बसला नाही. तोच तो चरण त्याने घोळून घोळून तीनचार वेळा म्हटला आणि त्यामागोमाग एकएक चरणा ठसक्याने म्हणत–

'कुरळ केशश्री सरळ नासिका, नेत्रकमलिनी दले' असे गाणे पुरे करीत स्वरांना एक नाजूकशी गिरकी देत परत तो सुकांत चंद्राननेवर येऊन पोचला. त्याने घसा ताणला नाही. फारशा ताना घेतल्या नाहीत. वास्तविक ही चाल लावणीची आणि लावणीचे सारे सौंदर्य वरच्या पट्टीत घेतलेल्या तानेवर अवलंबून असते. पण तो मोह त्याने टाळला. पण त्याचे काम ऑर्गनवाल्याने पुरे केले. गाण्याचा पहिला चरण संपण्यापूर्वीच रेवतीने आपल्या चैतन्यदायी अस्तित्वाने रंगभूमीवर प्रवेश केला आणि ती म्हणाली,

"खाशी, खाशी तान तर खूप ठेवून दिली."

गंमत अशी की तान त्याने मारलेलीच नव्हती; त्यामुळे क्षणभर हास्याचा खसखसाट झाला आणि असा तुच्छतापूर्ण हास्याचा खसखसाट पुन्हापुन्हा होणार असे त्याला वाटू लागले. पण पुढच्या झणझणीत शब्दांच्या जुगलबंदीमुळे प्रेक्षकही ते सारे विसरले आणि भास्करही उपहास विसरला.

"साम्य तिळही नच दिसत मुखात" हे रेवतीचे लोकप्रिय गाणे जयश्रीबाईंनी रसरसून म्हटले. मग रेवतीने आपल्या मत्सरी, मानी, रुसक्या आवाजात अश्विनशेठला सावधगिरीची सूचना केली. 'प्रथम करा हा विचार पुरता' हे पदही पडदा उघडून मागे असलेल्या रमाकांतसमोर जाऊन नम्रतापूर्वक दोघांनी म्हटले आणि ते संपल्यावर रेवतीचा हात हातात घेऊन 'कर हा करी' ह्या गाण्याला सुरुवात झाली. ह्या नाटकातले हे गाणे असे आहे, की प्रत्येक गायकाने आपले सर्वस्व पणाला लावायचे असते. जसे मृच्छकटिकात 'रजनीनाथ हा नभी उगवला' हे गाणे तास अर्धा तास नटवून म्हणण्याचे असते, तसेच संशयकल्लोळात 'कर हा

करी' हे गाणे नटवून म्हणायचे असते.

पुढे अश्विनशेठने म्हणायची 'ही चतुर वारांगना', 'नाट्यगान निपुण कलावतिची ही माया', ह्यांसारखी दोन-तीन चांगली गाणी आहेत. कोणी गायक 'भोळी-खुळी' किंवा 'मानिनी आपुली' ही गाणीही खुलवून म्हणतात. 'मृगनयना' आणि 'हा नाद' ही गाणी लोकप्रिय आहेत, पण रंगवून म्हणायची गाणी नव्हेत. 'कर हा करी' हेच गाणे असे आहे, की ज्यात आनंद, उत्साह भरून राहिलेला आहे, आणि ते जवळपास नाटकाच्या प्रारंभी आहे. ह्या नाटकातील रेवती आणि अश्विनशेठ ह्यांचे जवळपास प्रथमदर्शन प्रेक्षकांना झालेले असते, आणि नाटक आत्ता कोठे पक्कड घेत असते. अश्विनशेठने केवळ रेवतीचाच हात हातात घेतलेला नसतो, तर ह्याच वेळेला त्याने प्रेक्षकांची नाडी बरोबर पकडलेली असते. हे गाणे वेगवेगळ्या दोन-तीन प्रकारांनी खुलवता येते आणि चांगले गायक नट हे गाणे तसे खुलवून म्हणतात.

रेवतीचा हात हातात घेऊन अश्विनशेठ रंगभूमीच्या अगदी पुढे आला. भास्कर आता पूर्णपणे अश्विनशेठ बनलेला होता आणि भास्कर नावाच्या एका आवाज गेलेल्या गायक नटाचा संयम ह्या उत्साही अश्विनशेठच्या मनात राहणे शक्यच नव्हते. 'कर हा करी' ह्या गाण्याचे एक संपूर्ण आवर्तन भास्करने शांतपणाने पूर्ण केले आणि मग सात-आठ वर्षांपूर्वी सुलोचनेबरोबर हेच काम करत असताना प्रेक्षकांना आवडणाऱ्या जागा तो उजळू लागला. पण एकदा राग बदलताना तो बेसूर झाला. प्रेक्षकांच्या लक्षात येण्यापूर्वीच त्याने तोल सावरला. एका तानेच्या वेळेसही त्याचा आवाज चिरकला तेव्हा प्रथमच प्रेक्षकांच्या ध्यानात त्याच्या गायनाचा दोष आला. मग मात्र त्याच्या साऱ्याच जागा चुकत गेल्या आणि प्रेक्षकही नाराज झाले.

त्याने गाणे कसे तरी आटपले आणि श्वास सोडला. पण ह्या गाण्यानंतर लगेच 'धन्य आनंद दिन पूर्ण मन कामना' हे गाणे म्हणण्याचा त्याच्यात आत्मविश्वास राहिला नाही. मग हे गाणे गुणगुणतच त्याने एक्झिट केली. पडदेवाल्याला सूचना नसल्याने पडदा पडायला वेळ लागला. त्यामुळेही हे गाणे अश्विनशेठने सोडल्याचे प्रेक्षकांच्या लक्षात आले. प्रेक्षकांनी नापसंतीच्या टाळ्या वाजवल्या; पण कृत्तिकेचा आणि रोहिणी-स्वातीचा तो प्रवेश सुरू होताच प्रेक्षक स्थिर-स्थावर झाले आणि नाटक कसेबसे पुढे सुरू झाले. ह्या अंकात आता अश्विनशेठला काम नव्हते. आपल्याकडून नाटकाची रंगत बिघडली आहे आणि पुढेही ती बिघडणार आहे, हे ओळखून भास्कर अस्वस्थ झाला. नाटक मधेच

सोडता येत नव्हते म्हणूनच केवळ मन मारत तो नाटकात पुढे काम करत राहिला. पुढची 'ही बहु चपल वारांगना' किंवा 'नाट्यगान निपुण' ही गाणी त्याने म्हटलीच नाहीत.

इतर नटमंडळी चांगली होती आणि ती नाटकाची रंगत वाढवीत होती आणि आपण मात्र क्षणाक्षणाला नाटक अधिकाधिक बिघडवतो आहोत; ह्यामुळे भास्कर अधिकाधिक बेचैन होत गेला. नाटकात मन नसले तरी रक्तात गुण होते. म्हणून नाटकातला गद्य भाग तो सफाईने पार पाडे. पण ऑर्गनचे सूर वाजले, की त्याचे सारे बळ निघून जात होते. बरे, देवलांची गाणी ही अशी आहेत, की ती टाळता येत नाहीत. त्या गाण्यांत एक समर्पक अर्थ असल्याने ती गाणी एक संवादाचाच भाग होऊन बसली आहेत.

नाटक एकदाचे कसेतरी पार पडले. चारदोन भांडखोर प्रेक्षकांनी आत येऊन भास्करला शिव्यांची लाखोली वाहिली. नाइलाजाने त्याने नाटकात काम करायला कबुली दिली, हे कोणी मान्यच करीना. शब्दावरून शब्द वाढत गेले, आणि अनावस्था प्रसंग ओढवला. कोणीतरी फोन केला. पोलीस आले. त्यांनी त्या प्रेक्षकांची समजूत घातली. पण वृत्तपत्रांत ह्या घटनेचा उल्लेख व्हायचा तो झाल्यावाचून राहिला नाही.

भास्कर विलक्षण खंतावला. नाटकातील इतर नटनटी त्याची समजूत घालण्याचा प्रयत्न करू लागली, पण त्याची समजूत पटणे काही शक्य नव्हते. आपल्यामुळे ह्या नाटकाचा फजितवाडा झाला, आणि नट आणि गायक म्हणून आपली व्हायची ती शोभा झाली, ह्या गोष्टीची त्याला खंत होतीच, पण खरी खंत आपल्याकडून रंगभूमीची आगळीक झाली ही होती. त्याने कित्येक बेसूर नटांची गायकी रंगभूमीवर ऐकली होती. पण आपल्या योग्यतेच्या गायकाला सर्वसामान्य प्रेक्षकांनी अवमानित करावे, यात गायनविद्येचाही अपमान होता.

नाटक झाल्यानंतर आग्रह झाला, तरी तो थांबला नाही. विस्कटलेल्या संसाराचे जेवढे दु:ख वाटत होते, त्याहूनही त्याच्या आजच्या अपमानाचे दु:ख त्याला जास्त वाटत होते. आपल्याला रंगभूमीवर तर कोणी उभे करणार नाहीच; पण गायक म्हणूनसुद्धा कोणी उभे करणार नाही आणि हे सारे आपणच ओढवून घेतले. पेडणेकरांचा राग तर त्याला आलाच; पण आपल्या भिडस्तपणाचाही त्याला राग आला. पेडणेकरांनी देऊ केलेली नाईट त्याला स्वीकारावीशी वाटेना. पेडणेकर घडलेल्या प्रसंगामुळे अजिबात व्यथित झालेले नव्हते हे पाहून तर त्याला अधिकच राग आला. नाटकाचा प्रयोग पार पडला. प्रेक्षकांनीही पैसे परत

मागितले नाहीत, ह्यावर पेडणेकर खूष होते. त्यात आणि भास्करने नाईटही घेतली नाही म्हणजे त्याच्यासारख्या व्यवहारी माणसाच्या दृष्टीने त्याची किफायत वाढली होती. नटाचा मानभंग म्हणजे काय, हे समजण्याइतके पेडणेकर काही सुसंस्कृत नव्हते. येनकेन-प्रकारेण रंगभूमीवर काही ना काही उपद्व्याप करून चार पैसे मिळवणे यापलीकडे त्यांना कसली महत्त्वाकांक्षा नव्हती. म्हणून नाईट नाकारून भास्कर निघून गेला, ही गोष्ट त्यांच्या पथ्यावरच पडली.

२५

भास्करचे दुःख समजू शकेल असा त्याला कोणी मित्र नव्हता. परत आपल्या चाळीतल्या घरी गेलोच तर डोके फुटण्याची वेळ येईल. त्यापेक्षा आपण आपल्या घरी जावे आणि कुंदाची वाट पाहावी. बहुतेक ती पुण्याला किंवा नाशिकला असेल. उद्या सकाळपर्यंत परत यायला काही हरकत नाही. त्यातल्या त्यात कशीही असली, तरी कुंदाच आपल्याला समजावून घेऊ शकेल, असे भास्करला वाटले. पत्नीपेक्षा ती त्याची शिष्या होती, आणि काही काळ का होईना, त्याच्या आयुष्यात सावलीसारखी वावरली होती. तिच्याच साहाय्याने आपण रंगभूमीकडे प्रसिद्धीच्या दुनियेत आलो. म्हणून भेटली असती तर कुंदाच त्याला हवी होती. त्याचे पाय आपोआप घराकडे वळले. आत्ता ती घरात नव्हती. पण तिच्यामुळे स्पर्शगंधित झालेल्या अनेक वस्तू घरात होत्या. नानाविध वेषांतले तिचे फोटो घरभर लटकलेले होते. तिच्या तृप्तीच्या हुंकाराने ह्या घरातले शय्यास्थान अनेकदा रोमांचित झाले होते. हळव्या झालेल्या भास्करला ह्या घटकेला त्याची शिष्या कुंदा हवी होती.

भास्कर जेव्हा सोसायटीतील त्याच्या या नव्या ब्लॉकमध्ये आला, तेव्हा सगळीकडे निजानीज होऊन शांतता पसरली होती. लॅच कीने त्याने दरवाजा उघडला. हलक्या हाताने तो बंद केला. घरात आता कुणीच नव्हते. म्हणून तो तसाच अंधारात दिवाणखान्यात आला. सोफ्यावर क्षणभर विसावला. एरवी तो कुंदाच्या खोलीत कधी जातसुद्धा नसे. त्याच्या मनात काय आले कुणास ठाऊक, तो आवेगाने उठला आणि कुंदाच्या खोलीपाशी आला आणि हँडलची मूठ फिरवून त्याने दरवाजा उघडला. तोपर्यंत अंधाराला त्याचे डोळे सरावले होते. दरवाजा उघडून त्याने खोलीत डोकावले आणि खोलीतले दृश्य पाहून तो गारठूनच गेला.

एका नग्न पुरुषाच्या मिठीत कुंदा शांतपणे गाढ झोपली होती. चेतनारहित

अवस्थेत भास्कर त्या दृश्याकडे क्षणभर बघतच राहिला. त्याने कल्पनेतही या दृश्याची अपेक्षा केली नव्हती. आपल्या स्वत:च्याच घरात कुंदा परपुरुषाच्या मिठीत निवांत झोपली असेल, ह्या कल्पनेवर त्याचा विश्वासच बसेना. कुंदा महत्त्वाकांक्षी होती. तिचे वागणे थिल्लर होते. पैशाचा आणि प्रसिद्धीचा तिला अनावर मोह होता, हे सारे सहन करण्याची त्याने सवय लावून घेतली होती. पण विवाहित स्त्रीने उघडउघडपणे परपुरुषाची अभिलाषा करावी, इतकी कुंदा घसरलेली आहे हे त्याच्या सहनशक्तीपलीकडचे होते. डुगडुगता असलेला त्याचा संसार केव्हाच जळून गेलेला आहे, ह्या जाणिवेने तो अधिकच निराधार झाला. आपल्या घरात अचानकपणे येणारी संपत्ती ही श्रमातून आलेली नाही, हे त्याला पूर्वीपासूनच समजत होते, पण ती देहविक्रयातून आलेली आहे, ही जाणीवच भयंकर होती.

प्रथम त्याला आश्चर्य वाटले मग त्याला कीव आली. कुंदासकट संसार जाळून टाकावा, असा संतापही त्याच्या मनात आला आणि मग स्वत:बद्दल, आयुष्याबद्दल त्याला केवळ किळस वाटली. त्याचे गेलेले अवसान त्याने कसेबसे परत आणले. हलक्या हाताने दरवाजा बंद केला आणि तो स्वत:च्या खोलीत आला. ह्या घरात आता क्षणभरसुद्धा राहायचे नाही, हे तर नक्कीच; पण ह्या जगात तरी राहून काय करायचे आहे? त्याने आपल्या खोलीत आल्यावर होते नव्हते ते कपडे बांधून घेतले आणि तसाच चालत चालत राहत्या चाळीत येऊन पोचला. आज त्या घरातही कोणी मुक्कामाला नव्हते. तेवढेच त्याला बरे वाटले. तो दिवाणवर बसून तसाच शांतपणे विचार करू लागला. त्याच्या प्रत्येक आवर्ताची अखेर आत्मनाशापर्यंत येऊन पोचली.

पण आत्महत्या करण्याचे धारिष्ट्य आपणात नाही, हे त्याला माहीत होते. आपल्याला फक्त दूरदूर पळून जाता येईल. इतके दूर की इथले हे ओळखीचे जग त्याच्यापासून फार दूर असेल. मान, अपमान, पराभव ह्या साऱ्या गोष्टींचा त्याला स्पर्श होणार नाही. आजच्या पराभूत आयुष्याचा कलंक मागे ठेवून मरणे हेसुद्धा बरोबर नाही. देवाने गळा दिला, बुवांनी गायनविद्या दिली; पण त्या गळ्याचे आणि गायनविद्येचे आपण चीज करू शकलो नाही. आपण जर यशस्वी गायक नट असतो, तर त्या लौकिकाला भिऊन तरी कुंदा अशी बेताल झाली नसती. निदान आपल्या जगण्याला तरी प्रयोजन उरले असते. पण आज धड आपल्याला जगता येत नाही, धड आपल्याला मरता येत नाही. आपल्याला दूर कोठेतरी गेले पाहिजे. आपल्या गळ्यावर पुन्हा हुकमत आणली पाहिजे. एक यशस्वी गायक म्हणून कीर्ती मिळवली पाहिजे. हा खूप लहानसा,

दरिद्री, कंटाळवाणा रस्ता आहे. कुंदाचा पाश आता संपलेलाच आहे. रंगभूमीनेही आपल्याकडे पाठ फिरवली आहे. आईच्या निर्वाहाची काहीतरी सोय करून शक्य तितक्या लवकर आपण परागंदा झाले पाहिजे.

त्याच्या आयुष्यात आलेल्या दोन्ही स्त्रिया बेइमानी निघाल्या. पहिली सुलोचना. ती तर बोलूनचालून देहविक्रय करणारी स्त्री होती. पण कुंदासारख्या सुसंस्कृत, आणि सुविद्य मुलीनेही हाच रस्ता धरावा? स्त्रियांच्या मनोवृत्ती सर्वत्र सारख्याच असतात काय? त्यांचा देह ही अखेर देवघेवीची वस्तू असते? आपल्या सुखाला स्त्रीच्या अस्तित्वाचीच नजर लागते हेच खरे. सुलोचनेच्या तावडीत आपण सापडलो नसतो, तर बऱ्यापैकी गायक नट म्हणून आपला थोडाफार लौकिक झाला असता. त्यानंतर कुंदा आपल्या आयुष्यात आली नसती, तर बुवांच्या सान्निध्यात राहून आवाजावर ताबा मिळवून केव्हा ना केव्हा तरी गाण्यात आपल्याला लौकिक मिळवता आला असता. गायक म्हणून, नट म्हणून किवा माणूस म्हणूनसुद्धा आपण यशस्वी झालो नाही. परत माणगावात जाऊन आपण आपले काळे तोंड कोणाला दाखवणार? कुंदाचे हात माणगावापर्यंत पोचतीलच. परांजपे वकील आपल्याला जाबही विचारतील. तेव्हा सध्या आपल्या नालायकपणाला शिव्या देत ह्या सगळ्या पूर्वीच्या जगाला सोडून दूरदूर कोठेतरी गेले पाहिजे. मागे इंदूरला असताना तो अनेकदा नर्मदेच्या काठावरच्या तीर्थक्षेत्राकडे गेला होता, आणि नर्मदेने त्याला वेड लावले होते. ते प्रशस्त मोठे घाट, पावसाळ्यात ओसंडून वाहणारे ते अफाट नर्मदेचे पात्र आणि नर्मदेच्या काठची निबिड जंगले त्याच्या मनात घर करून राहिली होती. त्याला वाटले असा शांत, निर्मनुष्य परिसर, जगापासून पळून जाणाऱ्या आपल्यासारख्या माणसाला अतिशय चांगला आहे. एखाद्या मंदिराच्या सान्निध्यात, खुल्या आवाजात आकाशाकडे तोंड करून गावे आणि एक ना एक दिवस असा येईल, की रुसलेला गळा आपला मित्र होईल. एकदा ह्या निश्चयापर्यंत तो आला, पण तरीही त्याला झोप येईना.

सकाळी त्याला जाग आली, तेव्हा विद्यार्थी आलेलेच होते. घराची एक किल्ली त्याने त्यांच्यापैकी एकाजवळ दिली होती. रात्रीची अप्रसन्नता आता खूपच निवळली होती. विद्यार्थ्यांपैकी एकाने जाऊन भैय्याकडून दूध आणले. भास्करने आन्हिक आटोपले. चहा घेतला. पूजा केली आणि विद्यार्थ्यांना शिकवण्यासाठी तो येऊन बसला. विद्यार्थ्यांची शिकवणी आटोपली आणि एक एक जण निघून गेले. आपण काही दिवस परगावी जाणार आहोत, तेव्हा काही दिवस क्लास बंद राहणार आहे, हे त्याने सांगितले. न आलेल्या विद्यार्थ्यांना

निरोप गेले. घरातले सामानसुमान नीट आवरले. प्रवासासाठी कपडे वगैरे बांधून घेतले आणि मग त्याच्या लक्षात आले, की आपण घर सोडून जाणार खरे; पण आपल्याजवळ पैसे नाहीत. आपण दूर निघून गेलो म्हणजे आईला आपण पैसे कसे पाठवणार? गेल्या वर्षभरात त्याने आपल्याला मिळालेले पैसे कुंदाला दिले नव्हते. पण खात्यात भरले होते. तेव्हा बँकेत जाऊन थोडे पैसे काढल्याशिवाय आपणास तरणोपाय नाही. तो मग ताबडतोब बँकेत गेला व बँक मॅनेजरला जाऊन भेटला. त्याच्याजवळ चेकबुक नव्हते. बँक मॅनेजरने त्याला एक स्पेअर चेक दिला. किती रक्कम काढावी, यावर त्याचा विचारच होईना. म्हणून त्याने बँकेत बॅलन्स किती आहे हे पाहायला सांगितले. बॅलन्स पाहण्यापेक्षा जरा आपल्या खात्याचे लेजरपानच पाहावे म्हणून तो काउंटरकडे गेला. त्यातल्या एंट्रीज पाहून तो थक्कच झाला. पाच-दहा हजाराच्या त्यात बऱ्याच नोंदी होत्या. पण एक लाख रुपयांची आवक आणि ऐंशी हजारांची खर्ची पाहून तो आश्चर्यचकित झाला. ह्या एवढ्या रकमा कुंदाने आणल्या कोठून व कशा, हाच त्याला प्रश्न पडला. आश्चर्यचकित होऊन वेळ घालवण्याची ती जागा नव्हती. तीस-चाळीस हजार रुपये खात्यावर होते. आजपर्यंत आपल्या कष्टाचे किती पैसे आपण जमा केले असतील, याचा त्याने घाईघाईने विचार केला आणि मग पंधरा हजार रुपयांचा चेक लिहिला.

खरे म्हणजे अशी रक्कम खात्यातून काढून घेताना त्याला अवघडून आले. पण आईसाठी दहा हजार आपण ठेव ठेवली, तर तिला दरमहा शंभर रुपये मिळतील, असा विचार प्रथम त्याच्या मनात आला, आणि आपण जाऊन स्थिरस्थावर होईपर्यंत आपल्यालाही पैसे लागतीलच. निष्कांचन अवस्था त्याने पाहिली नव्हती असे नाही. आजही पापाने बरबटलेल्या ह्या पैशाचा स्वीकार करताना त्याला लाज वाटत होती. पण एवीतेवी सर्वस्वावर पाणी सोडून जायचेच असेल, तर पहिल्याच प्रवासाच्या मुक्कामात काटेकुटे व हालअपेष्टा का सोसाव्यात, असा एक निर्लज्ज कोडगेपणा त्याच्या ठायी निर्माण झाला. दुःखाचा किंवा अपमानाचा पहिला प्रसंग हा यातनेचा असतो. पण दुःख किंवा अपमान ह्यांची पराकाष्ठा झाली, की सारे जीवनच हास्यास्पद वाटायला लागते. ह्या घटकेची भास्करची अवस्था आता कोडगेपणाकडे झुकली होती.

पैसे हाती पडले, आणि भास्कर तडक माणगावकडे जाणाऱ्या एसटीत जाऊन बसला. आपल्या जन्मगावाचे शेवटचे दर्शन घ्यावे, आईचा आणि बुवांचा निरोप घ्यावा आणि आयुष्याच्या अखेरच्या प्रवासाला निघावे, असे त्याने

ठरवले. तो जन्मजात नटच होता. आपल्या मनातील विचार आणि विकार सहजगत्या लपवणे हा त्याच्या लेखी हातचा मळ होता. आईला तो कडकडून भेटला. मुंबईतल्या सुखी जीवनाच्या अनेक गोष्टी त्याने तिला सांगितल्या. तिच्या पैशाची तरतूद आपण कशी केली आहे, हे पण त्याने समजावून सांगितले. बँकेतून महिन्याच्या महिन्याला पैसे कसे आणायचे, हेही समजावून सांगितले. सकाळी पहाटे पहाटे तो नृसिंहाच्या मंदिरात आला. बुवा आता थकले होते. पण आपल्या शिष्याला पाहून त्यांनी त्याचे स्वागत केले. आवाजाची चौकशी केली. आणि मग चक्क त्याला गायलाच बसायला सांगितले. तेव्हा भास्करने बुवांना आपल्या गळ्याने कसा घात केला ते सांगितले. बुवांनी त्याला पूर्वीच अनेक सूचना केल्या होत्या, त्या पुन्हा केल्या. पुन्हा आवाज खुलवण्यासाठी रियाज कसा केला पाहिजे, हे दाखवून दिले. त्याला पुन्हा आशीर्वाद दिला आणि आवाज पुन्हा खुला झाल्यावर भेटायला यायला सांगितले. आपले आता फार थोडे दिवस राहिलेत असे बुवा जेव्हा म्हणाले, तेव्हा भास्कर सद्‌गदित झाला. मग मात्र त्याला राहवले नाही. आपल्या संसाराची सारी चित्तरकथा त्याने बुवांना समजावून सांगितली. बुवांना त्या हकिगतीने फार धक्का बसलेला दिसला नाही. त्यांनी एवढेच सांगितले, 'आशीर्वादाशिवाय तुला मी काय देणार? मी आता संपल्यातच जमा आहे. माझं जे काही गाणं आहे ते फक्त तुझ्याजवळ देतो. तुझा गळा आज ना उद्या परमेश्वर पूर्ववत करेल, अशी मला खात्री आहे. माझे तुला आशीर्वाद आहेत.' गुरुजींना अनन्यभावाने नमस्कार करून भास्कर प्रवासाला निघाला. फक्त जाताना त्याने कुंदाला एक पत्र लिहिले.

सौ. कुंदा हिला अनेक आशीर्वाद वि. वि.

जे काही घडलं त्याबद्दल कोणताही राग मनात न ठेवता मी तुझ्यापासून दूर होण्याचा निर्णय घेतला आहे. तुला ह्यापुढे माझी गरज आहे, असे वाटत नाही. परवा रात्री अचानक मी घरी आलो आणि घरी नको ते भयानक दृश्य पाहिलं. प्रथम संतापलो आणि वाटलं, तुझा आणि तुझ्या प्रियकराचा जीव घ्यावा. पण एकतर माझ्या रक्तात तसली प्रवृत्ती नाही आणि मुळातच तुझं आणि माझं नातं उरण्याची शक्यता राहिली नाही. आपल्या अनेक विचारांत फरक आहे. माझा तुला शिडीसारखा उपयोग झाला आणि तू आता नाट्यव्यवसायात स्थिर झालीस. त्या

अर्थानं माझ्या आयुष्याचं सार्थक झालं. परंतु तुझ्या-माझ्यात अनेक योजनांचं अंतर आहे. मी मुंबईत तुझ्याजवळ राहणं हे तुलाही दिवसेंदिवस गैरसोयीचं होत जाणार आणि मलाही झालं आहे. माझ्या हरवलेल्या गाण्याचा शोध घेणं मला क्रमप्राप्त आहे, आणि तो तुझ्या संगतीत खालच्या मानेनं वावरून घेता येणार नाही. खडतर अशी तपश्चर्या मला करावी लागेल आणि ती करण्यासाठीच मी घरदार सोडून दूर निघून जात आहे. आपली चाळीतली जागा तुला विकायची असेल, तर माझी हरकत नाही. तुझ्या पैशाचा, कीर्तीचा मला मोह नसतानादेखील मी बँकेतून पंधरा हजार रुपये काढून घेतलेत आणि आईच्या निर्वाहाची सोय केली. त्यावर माझा काडीचाही अधिकार नव्हता. आईच्या मृत्यूनंतर आपलं राहतं घर आणि जे काही असेल ते कायदेशीरपणानं तुझेच होणार आहे. त्याचं तू काहीही करू शकतेस. आता आपली पुन्हा कधीही भेट होणार नाही आणि मी कधीही मुंबईला फिरकणार नाही. त्यामुळे माझी तुला कसलीही अडचण होणार नाही.

तुला सल्ला द्यावा, मार्गदर्शन करावं, असा माझा अधिकार नाही किंवा तशी माझी इच्छाही नाही. तुझी तू काळजी घ्यायला समर्थ आहेस. तरी पण काही काळ तू मला गुरुस्थानी मानलंस, माझ्याकडून काही विद्या घेतलीस, तेवढ्याच अधिकारावर तुला मी विनंती करतो, की तू गाण्याशी किंवा नाट्यकलेशी कधीच बेइमान होऊ नकोस. नाटकाच्या वेडाने तू खरं म्हणजे मुंबईच्या नवरंगी दुनियेत आलीस. नटी किंवा गायिका म्हणून काही नाव कमावलंस, तर मग तुझ्या आयुष्यात आलेले मोह कोणाच्या लक्षातही येणार नाहीत. कलेशी प्रतारणा हा सर्वांत मोठा गुन्हा आहे आणि त्याला क्षमा होत नाही. जेव्हा तुझं रूप आणि तारुण्य ओसरायला लागेल तेव्हा कदाचित तुला मी म्हणतो त्याची जाणीव होईल. पण ते असो. तुझं आयुष्य ह्यापुढे तुझं आहे. त्यावर कोणचाही पहारा नाही. कोठेही असलो तरी एक लक्षात ठेव, तुझ्याशिवाय अन्य कोणत्याही स्त्रीला माझ्या आयुष्यात जागा नाही.

तुझा भास्कर

२६

सर्व धागेदोरे तोडून टाकून भास्कर उत्तर दिशेने जाणाऱ्या गाडीत जाऊन बसला आणि त्याच्या नवीन जीवनक्रमाला सुरुवात झाली.

त्याचा नर्मदेशी परिचय होता तो मुख्यत्वेकरून महेश्वर या अहिल्याबाईच्या तीर्थक्षेत्रामुळे. म्हणून तो प्रथम महेश्वरालाच गेला. नर्मदा नदीचे तेथले पात्र शोभिवंत होते. बांधलेल्या दगडी घाटाला आणि देखण्या मंदिरांच्यावर आता एक उदास कळा पसरली होती. स्वातंत्र्य आले पण स्वत्व गमावले. स्वधर्मावरचे प्रेम कमी झाले आणि कित्येक मंदिरांना किंवा तीर्थक्षेत्रांना अवकळा आली. पुष्कळ ठिकाणी भक्तांचे मेळावे जमत. खूप मोठा कुंभमेळा जमे. तर एकेकाळी जागृत समजली जाणारी मंदिरे आता भक्तांच्या शोधात शोकाकुल झाल्यासारखी वाटत. एकतर नर्मदेच्या तीरावर मंदिरांची गर्दीच गर्दी आहे. भक्तांनी तरी प्रत्येक मंदिराला आश्रय कसा द्यायचा? देवतांच्या बाबतीतही भाग्यचक्र असतेच. कधी काही देवतांची चलती असते, तर कधी त्या देवता उपेक्षिल्या जातात. नर्मदातीरावरील अनेक मंदिरांत तडितापसी, बैरागी किंवा नर्मदेची परिक्रमा करणारे भक्त यांचा मुक्काम असे. कुठे दानशूर माणसाने थाटलेल्या पाणपोया व अन्नछत्रे होती, तर कित्येक मंदिरांत कित्येक दिवसांत माणसांचा वावरही झाला नव्हता. पुष्कळ ठिकाणी रान माजलेले होते. देवळाचे काही भाग पडू लागले होते. उंदीर, घुशी किंवा रानटी श्वापदे यांची मंदिरे ही आश्रयस्थाने बनली होती. दुर्गम असलेल्या मंदिरांबाबतीत असे जास्त घडलेले होते.

महेश्वराला नदीच्या उत्तर काठाने खांद्यावर पडशी टाकून यात्रेकरूंच्या घोळक्याबरोबर भास्कर पूर्व दिशेने निघाला. त्यांच्याबरोबर तो मुक्काम करीत आणि आश्रय शोधण्याचा प्रयत्न करीत होता. त्यांच्याच साहाय्याने चूल पेटवून तो खिचडी पकवी आणि मुक्कामाच्या जागा सर्वांबरोबर तो बदलीत राही. अधूनमधून नागरवस्ती लागे. तेवढ्यापुरता सहउतारूंचा तांडा तो सोडून जाई आणि दुसऱ्या उतारूंच्या तांड्याबरोबर जात असे. त्याचे चालणे निरर्थक नव्हते. त्याच्या मागे योजना होती. एखादे चांगलेसे शांत मंदिर भेटले आणि तिथे निवांतपणे राहण्याची सोय असली, तर तिथे कायमचा मुक्काम करायचा व परत जाऊन हुशंगाबाद येथे ठेवलेले सगळे सामान आणि मुख्य म्हणजे तंबोरे आणायचे आणि ईश्वराची आराधना करत गाण्याचा रियाज करत उरलेले आयुष्य घालवायचे, असा त्याचा बेत होता. जेव्हा कधीकाळी परमेश्वर कृपा करेल आणि आपला

आवाज परत येईल, तेव्हाच नागर वस्तीत परत जायचे, असा त्याने निश्चय केला. प्रवासात होणाऱ्या कष्टाची त्याला तमा नव्हती. उलटपक्षी, या धुंद यात्रिकांच्या तांड्यात तो जास्तच संतुष्ट होत होता. केवळ उदरभरण करणे या देशात अशक्य नाही, हेही त्याच्या लक्षात आले. काही आपत्ती आल्यामुळे संसारात खचलेली श्रीमंत माणसे या नर्मदेच्या तीरावर ठिकठिकाणी अन्नदान, वस्त्रदान करताना त्याने अनेकदा पाहिली. जात-धर्म न विचारता अन्नाच्या वेळेस अगदी तिऱ्हाईत प्रवाशांच्या सान्निध्यात आपण गेलो, तर या महागाईच्या आणि पाखंडाच्या काळातही पोटात अन्नाचा गोळा पडत होता. या नर्मदामैय्याने पापी, पुण्यवान, मुक्त, विरक्त, छांदिष्ट अशा अनेकांना सुखेनैव आश्रय दिला आहे. कोठे मठ होते, कोठे आश्रम होते, कोठे धर्मशाळा होत्या.

भास्कर धीरे धीरे शे-पन्नास मैलांचा प्रवास करीत 'छोरी' नावाच्या गावापाशी आला. तिथे त्याला हवे तसे एक सुंदर स्थान सापडले. नर्मदेनं एका डोंगराचा छेद घेऊन आपला प्रवाह बाहेर काढला होता, आणि प्रवाशांनी डोंगराला वळण घेऊन परिक्रमेचा मार्ग आखलेला होता. त्यामुळे हा छोटासा डोंगर आपोआपच रहदारीपासून मुक्त झाला होता. पायवाटेवरून रस्ता काढत काढत भास्कर डोंगराच्या माथ्यावर आला. घनदाट अशा अरण्याने वेढलेल्या या छोट्या हरिहरेश्वराच्या मंदिराकडे पाहून तो संतुष्ट झाला. डोंगराचा माथा तसा उंच नव्हता. तरीपण इतर भवतालपेक्षा त्या मंदिराचा परिसर उंच असल्यामुळे डोंगरातून आलेली नदी आणि पुढे वाहत वाहत समुद्रासाठी आतुर झालेली नदी ह्या सर्वांचे विहंगम दृश्य सहजगत्या दृष्टिपथात येत होते. खरोखरीच डोळ्यांचे पारणे फिटेल, असे हे दृश्य होते. तसा डोंगराळ भाग सुरू झालेला होता, त्यामुळे एकूण वृक्षांचे प्रमाणही खूप वाढलेले होते. मंदिर अगदीच निर्मनुष्य नव्हते. कारण शेजारच्या ओवऱ्यांतून काही बैरागी वस्तीला होते. पण एकंदरीत प्रवाशांची वर्दळ इथे होत नसावी, हे मात्र जाणवत होते. या मंदिरात कायमचे राहता आले तर बरे होईल, असे भास्करला वाटले. या मंदिराचा जो कोणी वहिवाटदार वा पुजारी असेल, त्याला भेटून येथे राहण्याची सोय करता येईल, असा त्याने विचार केला. ओवरीतल्या रिकाम्या जागी त्याने आपली पडशी ठेवली आणि देवद्वारी तो तसाच थोडावेळ निवांत पडून राहिला.

भर दुपारची वेळ होती. खरे म्हणजे अन्न मिळाले तर त्याला हवे होते. पण आता काही तो प्रवाशांच्या तांड्याबरोबर नव्हता. स्वत:चे अन्न स्वत:च शिजवणे भाग होते. आपापसात बोलत असणाऱ्या त्या बैराग्यांजवळ जाऊन तो

उभा राहिला आणि नम्रतेने तो सफाईदारपणे हिंदीत म्हणाला,

"मी इथं राहिलो तर काही हरकत नाही ना?"

बैराग्यांनी त्याच्याकडे तिरसटपणाने पाहिले आणि त्यांपैकी एकजण म्हणाला, "मंदिरात राहण्यासाठी कोणाच्याही अनुज्ञेची गरज नसते."

"आपण बरोबर बोललात. पण आपण माझ्याआधी या मंदिरात आलात. आपल्यापैकी कोणी या मंदिराचे पुजारी, वहिवाटदार असाल म्हणून मी परवानगी मागितली."

"आपण कोण आहात? आणि आपला किती दिवस राहण्याचा मानस आहे?"

"मी एक दक्षिणेकडचा संसारतापातून मुक्त झालेला ब्राह्मण आहे. अनुज्ञा असेल तर कायमचं राहण्याची मनीषा आहे."

"आम्ही येथील कायमचे निवासी नाही. आम्ही उपरे रहिवासी आहोत. आम्ही आठ-पंधरा दिवसांनी येथून जाणार."

"आपण येथे येण्यापूर्वी किंवा आल्यानंतर या देवळाचा कोणी वहिवाटदार येथे आला होता काय?"

"या इथे पलीकडे वस्ती आहे. छोरी नावाचं गाव आहे. तेथून एक ब्राह्मण रोज पूजेसाठी येतो. एरवी येथे कोणी नाही. पण ह्या दुपारी आता आपण भोजन-प्रबंध काय केलात?"

"आता मी नदीवरून स्नान करून येतो आणि येथेच खिचडी पकवतो. आपली इच्छा असेल तर माझ्याबरोबर आपणही खिचडीचा प्रसाद घ्यावा, अशी विनंती आहे."

"आमच्यानंतर तुम्ही येथे आला आहात, तेव्हा तुम्ही आमचे पाहुणे आहात. आमच्या ओवरीमध्ये आमचा शिष्य महिपाल डाळरोटी बनवतो आहे. आमच्या हातचं जेवण चालत असेल, तर आम्हाला अन्नदानाचं पुण्य द्या."

क्षणमात्र भास्कर विचारात पडला. पण लगोलग त्याने निर्णय घेऊन सांगितले, "आपले उपकार आहेत. आपला पवित्र प्रसाद मी ग्रहण करीन. पण मी नर्मदामैयावर स्नान करून येतो."

त्या बैराग्यांचा प्रमुख त्यावर हसला आणि म्हणाला,

"परमेश्वराची करणी अगदी अगाध आहे. नर्मदामाता अगदी समोरून वाहताना दिसते आहे. पण येथे नर्मदेत स्नान करता येत नाही. त्यासाठी हा डोंगर उतरून मैल-दोन मैल दूर जायला हवं. असं करा, पलीकडे बावडी आहे.

बावडीवर जाऊन स्नान करून या.''

भास्करचा तो दिवस शांतपणे गेला. त्याने भोजन झाल्यावर थोडी वामकुक्षी घेतली आणि तो सगळा आसमंत हिंडून आला. ज्या गावातून तो पुजारी येत होता, ते छोरी गावही अनायसे वाटेत लागले. मंदिराची पूजा करणाऱ्या पुजाऱ्याचे घरही त्याने शोधून काढले. आपली कामापुरती ओळख सांगितली आणि गाण्याच्या रियाजासाठी आपण ह्या मंदिरात राहू इच्छितो, असेही तो बोलला. पुजाऱ्याला खरे तर त्याबद्दल खेद किंवा खंत नव्हती. तो अलिप्ततेने म्हणाला, ''तुम्ही मंदिरात राहू शकता. नाहीतरी मंदिरात कायमचं कोणाचंच वास्तव्य नाही.''

दुसऱ्या दिवशी पुजारी मंदिरात आला. त्याने भास्करला सर्व देवालय हिंडवून दाखवले आणि त्याची राहण्याची सोय कोठे करता येईल, ते सांगितले. मंदिराच्या पुष्कळशा ओवऱ्या मनुष्यवस्ती नसल्यामुळे आणि देखभाल नसल्यामुळे आता वाईट स्थितीत होत्या. 'गावात कोणी गवंडी किंवा सुतार असला तर पाठवून देऊ शकाल का?' असे भास्करने विचारले आणि त्याप्रमाणे दुपारी गवंडी म्हणवणारा म्हातारा गृहस्थ आला. आपल्याला काय काय पाहिजे आहे, ते नीट भास्करने त्याला समजावून सांगितले आणि एक-दोन दिवसांत आपण ते करून देऊ, असे आश्वासन देऊन गवंडी निघून गेला. भास्करने हुशंगाबादच्या आपल्या स्नेह्याला एक पत्र लिहिले आणि आपण कोठे राहणार आहोत, याची कल्पना दिली. आपले जे सामान हुशंगाबादला ठेवले होते ते पाठवता येईल किंवा काय, असे विचारले आणि ते पत्र छोरीच्या टपाल पेटीत टाकले. आठ-पंधरा दिवसांत त्याचे थोडे फार सामान, तंबोरा सगळ्या गोष्टी सुरळीतपणे एका माणसाने आणून पोचवल्या. राहण्यापुरती बंदिस्त जागा तयार झाली. सारे काही मनासारखे घडले. खाली असलेली 'छोरी' त्याला आवडलेली होती. लोक साधेभोळे होते, आणि त्यांनी जरी त्याचा स्वीकार केलेला नसला, तरी धिक्कारही केलेला नव्हता. आठ-पंधरा दिवस निरर्थक गेले होते. पण तो ह्या प्रदेशात चांगला रुजला होता. रोज भल्या पहाटे तो उठे. बावडीवर जाऊन अंघोळ करी. आणि देवालयात देवाच्या समोर बसून गाण्याचा रियाज करू लागे. एका सुरावर तो घट्ट मांड बसवण्याचा प्रयत्न करी आणि क्रमाक्रमाने चढतचढत तिसऱ्या सप्तकापर्यंत आवाज स्थिर करण्याचा प्रयत्न करी. नाद, लय किंवा गोडव्यापेक्षा तो गळ्याला घडवत होता आणि त्याच्या लक्षात आले, की ह्या रुद्र निसर्गात नेहमीच एक षड्ज लागलेला असतो. त्या शुद्ध षड्जाच्या आवाजावर गळा घडवताना त्याने श्रमांची कसलीही फिकीर केली नाही. एखाद्या वांड घोडीला

लगाम चढवावा, तसा तो आपल्या गळ्यावर स्वर चढवत होता. सूर्य चढेपर्यंत तो ही साधना करी. मध्यान्ह झाली की तो नर्मदास्नानासाठी निघे. स्नान झाले की तो गावात येई. चार घरे कोरडी भिक्षा मागे. मिळेल ती भिक्षा घेऊन मंदिरात येई आणि अन्नसिद्धी करी. पोटात अन्न घालून तो थोडावेळ पडून राही. संध्याकाळच्या सुमारास तो परत गावात जाई आणि गावातल्या मंदिरात तो आपल्या पद्धतीने कीर्तनाला उभा राही. पहिल्यांदा त्याच्या कीर्तनाची कोणाला वार्तासुद्धा नव्हती; पण हळूहळू गावात एक परदेशी रोज परमेश्वराचे कीर्तन करतो, ह्या गोष्टीचे ज्ञान झाले आणि भाविक लोक कीर्तनाला येऊ लागले. कीर्तन तसे ओबडधोबडच असे. पण आपल्या वडिलांची परंपरा आठवत आणि त्यांच्या पावलावर पाऊल टाकीत तो हिंदीतून कीर्तन करी. इंदोरला पूर्वी बराच काळ असल्यामुळे भाषेचा प्रश्न नव्हता आणि त्या खेडेगावात लोकांच्या अपेक्षाही फार नव्हत्या. भास्करच्या मनाप्रमाणे त्याचा कार्यक्रम जमलेला होता. फारशा अपेक्षा न करणारा एक निरिच्छ उपासक आपल्या गावात आहे, याचाच त्यांना संतोष होता. जाता-येता लोक त्याला नमस्कार करीत. कधी मुद्दाम बोलावून शिधा देत. रात्री कीर्तन संपल्यावर त्याला देवळापर्यंत सोडायला कोणी ना कोणी येत. कोणी त्याचा सल्ला मागे, कोणी काही प्रश्न विचारत. पण भास्करनेसुद्धा चुकूनही कोरड्या भिक्षेशिवाय कसलीही अपेक्षा केली नाही. गावकऱ्यांतही तो फारसा मिसळत नव्हता. एखाद्या सिद्धपुरुषाची मान्यता हळूहळू त्याला मिळू लागली.

एरवी खरे म्हणजे त्याला भिक्षेची ही गरज नव्हती. पण भिक्षा मागणाऱ्याला एक संरक्षण असते. कोणी भिक्षेकऱ्याच्या वाटेला जात नाहीत, त्याचा मत्सर करीत नाहीत आणि ही भिक्षा जेव्हा पोटापुरतीच असते, तेव्हा तर गावकऱ्यांचा विश्वासच मिळत जातो. भास्करला मुळात खेडेगावात राहण्याचा सराव होताच. त्याचा जन्मच मुळी खेडेगावात झाला होता. कीर्तनकाराचे घर म्हणजे तरी काय? तशा अर्थी प्रतिष्ठित भिक्षेकऱ्याचेच घर. त्याच्या लक्षात आले, भिक्षेवर जगणाऱ्यांच्या रक्तात मस्ती येतच नाही. आपल्या आणि कुंदाच्या संसारातील अपयशाला आपला हा दुबळेपणा तर कारणीभूत झाला नसेल? एरवी चारचौघांसारखे पुरुषीपणाने वागलो असतो तर कुणास ठाऊक, तीसुद्धा दबून वागली असती. संसारी जगात आपल्या गैरसोयीचा असणारा हा मनोधर्म ह्या वेगळ्या जगात त्याला उपकारक ठरला. साधनेच्या दुनियेत हट्ट फक्त परमेश्वराशीच, आणि परमेश्वर काही माणसाची बरोबरी करीत नाही. तो मागू ते देतोच असे नाही; पण भलतेच काही मागितले तर तो रागावतही नाही. ह्या हरिहरेश्वराच्या मंदिरातील

आपले वास्तव्य आपल्या ह्या मनोवृत्तीनेच यशस्वी केले, ह्यात मुळीच शंका नाही असे वाटून तो आपल्या मनाचे समाधान करी.

एक संवत्सर उलटले. दुसरेही गेले. नर्मदामैय्या दरवर्षी दुथडी भरून जात होती. नवे तडीतापसी देवालयात येऊन भास्करच्या आश्रयाने राहून आपापल्या मुक्कामाच्या ठिकाणी परतत होते. या जमिनीतून जन्म झाल्याइतका भास्कर ह्या परिसरात रुजून गेला. साधना करताना तो थकला नाही. एकांताला तो कंटाळला नाही आणि परमेश्वर प्रसन्न झाला नाही म्हणून उदासही झाला नाही. माणसाच्या चुका माणसानेच दुरुस्त केल्या पाहिजेत. आपण कोणाच्यातरी सुखी आयुष्यात अडथळा झालो, म्हणूनच कोणीतरी आपल्या गळ्यावर करणी केली. परमेश्वराचा काहीच दोष नव्हता. दोष असलाच तर आपला होता. परमेश्वराने आपल्याला सुंदर गळा दिला होता. आपल्या चुकीने त्याची माती झाली. त्या चुका आपण निस्तरायला हव्यातच या ईर्षेनेच आपण पराकाष्ठा केली पाहिजे. परमेश्वरावर रागावून काय उपयोग? म्हणून त्याचा आटापिटा आणि भांडण असले, तर स्वत:शीच होते.

खरे म्हणजे कान्हेरेबुवांनी मागे जे कल्प दिले, त्यानेच त्याचा आवाज सुधारला होता. गरज होती ती आत्मविश्वासाची आणि गळ्यावर सूर घट्टपणे रुजवण्याची. ह्या देवळाच्या शांत प्राकारात हरिहरेश्वराच्या साक्षीने सुरांना लाज वाटावी, असे परिश्रम भास्कर करत होता. एक दिवस भास्कर असाच पहाटे स्वरसाधना करत असताना सूर्योदयाचा पहिला किरण हरिहरेश्वराच्या चेहऱ्यावर पडला आणि गाभारा उजळला. भास्करने डोळे उघडून पाहिले, तर जगाचा थरकाप उडवणाऱ्या शंकराचे सस्मित रूप त्याला दिसले. ही मूर्ती तर तो रोजच पाहत होता. मग आजच ह्या मूर्तीने निराळे रूप का दाखववावे? परमेश्वराला आळवता-आळवता अचानक नटराजाचा अनुग्रह तर झाला नसेल? एरवीही तो तारसप्तकात गात असे. आज तारसप्तकात गाताना आपण एक नवीन प्रदेश पादाक्रांत करीत आहोत, असे त्याला वाटू लागले आणि तो स्वरांच्या नवनव्या समूहांना खेळवू लागला. जो जो नवीन आकृतिबंध दिसेल तो तो गळ्यातून काढू लागला. पूर्वी अनेकदा थबकून तो माघारी आला होता, त्या स्वराची द्वारे आज आपोआप उघडत होती. जे जे अशक्य असे आजवर त्याला वाटत होते, ते सारे आज मुठीत आले होते. आपण शापमुक्त झालो आहोत, ह्या कल्पनेने त्याला अत्यानंद झाला. येत्या महाशिवरात्रीला आपण शंकराची महापूजा बांधायची, असे त्याने ठरवले आणि तो तयारीला लागला.

त्याने बरोबर आणलेले चार-पाच हजार रुपये अजूनही तसेच बँकेत होते. ते त्याने मागून घ्यायचे ठरवले. गावकऱ्यांनाही आपला विचार त्याने निक्षून सांगितला. गावकऱ्यांकडून त्याला पैसे नको होते. फक्त साहाय्य हवे होते. गावकऱ्यांनी ते आनंदाने द्यायचे कबूल केले. गावकऱ्यांनी कामे वाटून घेतली. कोणी देवालय स्वच्छ केले, कोणी देवालयाला रंग काढला. कोणी ओवऱ्यांची पडझड परत बांधून घेतली. देवालयाचे प्राकार झाडाझुडपांनी भरून गेले होते, तेही बघता-बघता स्वच्छ झाले. देवालयापासून गावापर्यंतचा रस्ता दुरुस्त करण्यात आला आणि नर्मदापरिक्रमेचा रस्ता जोडणारी पायवाटही प्रशस्त करण्यात आली. नर्मदानदी टेकडीच्या खालूनच वाहत होती; पण तिच्या पात्रापर्यंत जायला रस्ता नव्हता. टेकडी फोडून तो रस्ता केल्यामुळे नर्मदेचे पात्र देवालयाच्या अगदी जवळ आले. देवालयात कायमचा दिवा लागला. तहसिलदाराकडे अर्ज केला आणि योगायोगाची गोष्ट, देवालयाला आणि वस्तीलाही वीज मिळून गेली. भास्करचा भाव वाढला. पण त्याने आपला दिनक्रम मात्र बदलला नाही. अजूनही तो भिक्षेला गावात जात असे आणि पाच घरची भिक्षा घेतल्यावर परतत असे. लोकांना त्याच्या निरिच्छपणाचे कौतुक वाटे. पण भास्करच्या लेखी त्याचे कारण सोपे होते. या गावात त्याला फार काळ राहायचे नव्हतेच. त्याचे या गावातले वास्तव्य संपत आले आहे, हे त्याने ओळखले होते.

शिवरात्रीचा उत्सव कसा करायचा, याचा त्याने काही कार्यक्रम आखला होता. आता मंदिरात यावे असे प्रत्येक गावकऱ्याला वाटत होते, इतके ते सुंदर झाले होते. सकाळी महापूजा, दुपारी कीर्तन, रात्री गायन असा बेत होता आणि दुसऱ्या दिवशी सकाळी उपासाचे पारणे सर्व ग्रामस्थांनी देवळातच सोडायचे होते. उज्जैनहून पूजेसाठी एका महापंडिताला पाचारण करण्यात आले. आज कित्येक दिवस आपण जी साधना केली त्याचे ते उद्यापन आहे, असे समजून भास्करने आपल्या जवळचे ते पैसे खर्च करावयाचे ठरवले होते.

हरिहरेश्वराचा उत्सव फार मोठ्या प्रमाणात पार पडला. अर्थात त्याचे प्रमाण एवढे भव्य होईल, अशी कोणालाच कल्पना नव्हती. एरवी शहरामध्ये असा कार्यक्रम करायचा असेल तर पत्रके छापावी लागतात, निमंत्रणे द्यावी लागतात, जाहिराती कराव्या लागतात आणि खूप खटाटोप मांडावा लागतो. पण भक्तीचे तारायंत्र फारच व्यापक असते. आसमंतातल्या कित्येक खेड्यांत ही वार्ता आधीच पोचली होती. आधीच तो परिसर भक्तिमार्गीयांच्या वहिवाटीचा, त्यात मौखिक प्रचार झाला. त्या दिवशी जवळपास दहा हजारांचा समुदाय जमला.

नर्मदामैय्या जवळून अखंडपणे वाहत होती म्हणून पाण्याचा प्रश्न नव्हता व येणारी माणसे आपापला शिधा घेऊन येत होती आणि जमेल त्या झाडाखाली तळ ठोकून विसाव्याची जागा निर्माण करीत होती. एवढ्या लोकांना महाप्रसाद पुरणार तरी कसा, ही चिंता होतीच; पण गावकऱ्यांनी आसपासच्या गावांतून सांगावे धाडले होते. आपआपली कामे वाटून घेऊन जो तो आपले काम बिनबोभाट उरकीत होता. हरिहरेश्वराचा जयघोष पंचक्रोशीत दुमदुमत होता. आणि माणसे तर राहोतच, पण वृक्ष-वल्लरीसुद्धा या जयघोषाने थरारल्या होत्या. सर्व काही यथासांग झाले. रात्री स्वत: भास्कर गायनासाठी बसला. आज काही त्याला आपल्या गायनाची कसरत करायची नव्हती किंवा सुरांच्या चमत्कारांनी प्रेक्षकांना दिपवायचे नव्हते. परमेश्वराच्या आदिम स्वरूपापुढे त्याला विनम्र व्हायचे होते. सारा अहंकार त्याला आज नटराजाच्या पायाशी अर्पण करायचा होता. हरिहरेश्वराच्या प्रसादाने रुसलेली गायनविद्या त्याच्यावर प्रसन्न झाली, हा कृपाप्रसाद त्याला भाळी लावायचा होता. सूरदास, कबीर यांची सुप्रसिद्ध भजने त्याने गायली. तुलसीदासालाही त्याने आवाहन दिले. मराठीतील कवींनी जी हिंदी पद्यरचना केली आहे, तीही त्याने समोरच्या भाविकांना सादर केली. अधूनमधून ज्ञानेश्वर, तुकाराम हे त्याचे जन्माचे साथीदार त्याच्या तोंडून प्रगट होत होते. गायनाचे चमत्कार करण्याची त्याची इच्छा नव्हती, तरी त्याच्या हातून चमत्कार घडत होतेच. नर्मदेच्या जलप्रवाहाच्या तंबोऱ्याची साथ त्याच्या गायनाला आपोआप लाभली होती. एरवी एकांतात असलेले हरिहरेश्वराचे मंदिर आता जरी मनुष्य वस्तीने फुलून गेले असले, तरी निसर्गातला तो रुद्र षड्ज त्याला वास्तवाचे भान करून देई.

मध्यरात्र उलटून गेली होती आणि केव्हातरी या कार्यक्रमाची सांगता होणे अपरिहार्य होते. मग 'धाम' गुरुजींची भैरवीतली 'गुरुचरण' ही चीज त्यानं आळवायला आरंभ केला. शांत तल्लीन भाव, समाधीत बुडालेला श्रोतृसमुदाय सुरांच्याच वाटेवरून आता आपापल्या घराकडे परतणार होता. चीज संपली तरी भैरवीचे सूर रेंगाळत राहिले. हळूहळू श्रोतृवर्ग आपापल्या वाटेनं जाण्याच्या तयारीला लागला. शे-दोनशे गावकऱ्यांचा घोळका शेवटी उरला, तोही कृतज्ञतेनं भारावलेला होता. कशाचीही अपेक्षा न करणारा श्रेष्ठ कलावंत केवळ हरिहरेश्वराच्या कृपेनेच आपल्या गावात निवास करीत होता आणि आज-उद्या तो हे गाव सोडून जाणार, या जाणिवेने तो घोळका खिन्न झाला होता. गेली कित्येक वर्षे शांतपणाने त्यांच्यात वावरणारा हा ऋषितुल्य माणूस ह्या चैतन्यभूमीतून गेल्यावर हे मंदिर

परत ओसाड होईल, अशी भीती त्यांच्या मनात होती. त्याचे निराकरण करण्याच्या हेतूने भास्कर म्हणाला,

"अपेक्षा नसतानासुद्धा आज भक्तांनी देवापुढे जे पैसे ठेवलेले आहेत, ते सारे मी आज तुमच्या स्वाधीन करणार आहे. थोडीथोडकी नाही, पण जवळपास वीस हजारांची रक्कम आहे. गावच्या पंचांनी हे पैसे सुरक्षित तऱ्हेने चांगल्या सरकारी रोख्यांत गुंतवावेत. त्याच्या व्याजातून या मंदिराची निगा राखावी. दरवर्षी याच दिवशी असाच उत्सव येथे करण्याचा मनसुबा मी दुपारीच जाहीर केला आहे. मी त्या उत्सवाला जिवंत असेपर्यंत येत जाईन. देवाचा आपण भाग्योदय करीत नाही तर देव आपला भाग्योदय करतो, ही बुद्धी तुमच्याजवळ जागृत असू द्या. व्यापार करताना, शेती करताना आपली जी काही कमाई असेल, त्यातल्या रुपयातला एक पैसा जरी या देवळासाठी खर्च करायचा ठरवलात, तरी या देवळाची भरभराट होईल. हे देऊळ कोणाच्या खाजगी मालकीचं ठेवू नका. कोणीतरी विश्वस्त नेमा आणि तुम्ही कारभार चालवा. मी कोठेही असलो तरी तुमच्यातलाच आहे, ही भावना सतत बाळगीन. आणखी आठ दिवसांनी हे देऊळ मी कायमचं सोडून जाणार आहे, तोपर्यंत याची जी काही व्यवस्था लावायची, ती लावायला मदत करीन."

ग्रामस्थांच्या लेखी महंत झालेला भास्कर मनातून गहिवरला. पण त्याने आपल्या गहिवरावर नियंत्रण ठेवले. जे गावात परतणार होते, त्या सर्वांना निरोप दिला. जे लोक मुक्कामाला आज देवळातच राहणार होते, त्यांची विचारपूस केली. सामानसुमानाची विल्हेवाट लावून दिली. आणि तो आपल्या ओवरीत येऊन भिंतीला टेकून बसला.

त्याचा डोळा केव्हा लागला, हे त्याच्या लक्षात आले नाही. अर्थात, निद्राधीन होण्यापूर्वी त्याच्या आयुष्याचा सारा पट त्याच्या समोरून उलगडत गेला. कोकणातल्या कोठल्या एका छोट्या गावात आपण जन्मलो आणि आज कोणत्या गावात आपण येऊन पोचलो, ह्या नियतीच्या खेळाचे त्याला हसू आले. उन्हाळ्यात पार कोरड्या पडणाऱ्या गायत्री नदीच्या काठचे माणगाव आणि किनाऱ्यांना भय वाटेल असे नर्मदामय्याच्या तीरावरचे हे छोरी गाव. माणसं सगळीकडं सारखीच असतात. फाजील महत्त्वाकांक्षेमुळे माणसांची वाताहत होते. एरवी माणसाच्या खऱ्या गरजा असतात तरी किती? माणसाच्या मागे क्षुधा, वासना, लोभ, मत्सर अशा नाना ब्यादी या विधात्यानंच लावून दिल्या आहेत आणि तो माणूस नावाच्या एका खेळण्याची गंमत पाहत बसतो. पोरसवदा

असलेली कुंदा त्याच्याकडे पहिल्या दिवशी शिकावयास आली, त्या वेळी तिचा असणारा किनरा आवाज, भिरभिरणारे डोळे, त्या डोळ्यांतून ओसंडून जाणारे कुतूहल, तिच्या निरागस चेहऱ्याला किती शोभा आणत होते! मग तिच्या सात्त्विक अशा फुलात सुगंधाऐवजी धुंद करणारे मद्य कोठून आले? ती प्रवाहाबरोबर वाहवत का गेली? तिला पाण्यात आपणच ढकलली का तिचे ते संचित होतं? आता कुंदा काय करते, कशी जगत असेल? बनेलपणाचा तिचा बुरखा एकाकीपणात टिकला असेल का? का जगातल्या लांडग्यांनी तिचे केव्हाच भक्ष्य केलं असेल?

२७

भास्कर सोडून गेला तेव्हा क्षणभर कुंदाला हायसं वाटलं. कुंदा जे आयुष्य जगत होती, त्याला भास्करचं अस्तित्व म्हणजे नको असलेला पहारा होता; ही गोष्ट खरीच होती. सैराटपणे धावण्याची तिची इच्छा होती. पण कसलेतरी लगाम तिला मागे खेचीत होते. हे लगाम अचानक काढून घेतल्याने प्रथम ती अनावर वेगाने स्वच्छंदपणाने वागावयास मोकळी झाली. पण नंतर या वेगानेसुद्धा तिची दमछाक झाली. तोच तोचपणा हा प्रत्येक जीवनक्रमाला शाप असतोच. पण त्या शापाची जाणीव त्या अनावर वेगात व्हावयास तिला उसंतच नव्हती. मिळाली तर फुकट, नाहीतर चार चव्वल फेकून क्षणभरापुरती गम्मत पुष्कळांना हवी होती. त्यांना जिंकण्यात काही पराक्रम आहे आणि समाजातल्या धनवंतांना आणि मान्यवरांना आपण कुत्र्यासारखं वागायला लावतो, या उन्मादात तिचा काही काळ गेला. एक बिनधास्त नटी अशी प्रतिमा निर्माण व्हायला तिची तीच कारणीभूत झाली. पण एक दिवस अचानक मित्रांच्या गराड्यात ती बसली असताना परांजपे वकील आपल्या मुलीचा शोध घेत तिच्या फ्लॅटवर आले. हास्यकल्लोळात रंगलेली मैफिल त्यांच्या अवताराकडे पाहताच एकदम उधळली. बापाकडे लक्ष जाताच संभाव्य संघर्षाचा विचार करून तिने जमलेल्या सर्व पाहुण्यांना रजा दिली आणि पुन्हा एकदा पूर्वीचा लडिवाळपणा आणून बापाजवळ जात ती म्हणाली,

"काही कळवायचंत तरी! आणि किती दिवसांनी आलात?"

"कशाला यायचं? हाच तमाशा पाहायला ना?"

"तमाशा कसला यात आणि एवढं चिडण्यासारखं यात काय आहे? बसा तर खरे!"

"मी बसायला आलो नाही. खरं म्हणजे मी येणारही नव्हतो. पण तुला

जन्म दिलेला आहे. जन्मदात्याच्या कानावर लाज वाटावी अशा गोष्टी जेव्हा येतात, तेव्हा आपली मुलगी आपण जन्मतःच मारून का टाकली नाही, असं त्याला वाटतं. मलाही तेच वाटतंय. खरं म्हणजे तुला पाहावं, तुझ्याशी बोलावं अशी कसलीही इच्छा मनात नाही; पण तुझी आई शेवटच्या घटका मोजत पडली आहे. तिनं पुन्हापुन्हा रडूनभेकून सांगितलं, की माझी लेक मला भेटवा. म्हणून हा भिकारी बाप तुझ्या दाराशी आला आहे.''

''आईला काय झालंय? आई कुठं आहे?''

''आई-बापाबद्दल थोडं प्रेम तुझ्या अंतःकरणात शिल्लक असतं, तर कधीतरी चौकशी करावी असं तुला वाटलं असतं. तू आमची कोणीच नाहीस. निदान माझी तरी कोणीच नाहीस. तुला मुलगी म्हणायलासुद्धा मला लाज वाटते. आपली मुलगी उघडउघडपणे शरीरविक्रय करणारी वेश्या आहे, हे सांगताना काय मला अभिमान वाटत असेल? गावात तोंड दाखवायलासुद्धा मला जागा नाही.''

''बाबा, तुम्ही मला वेश्या म्हणता? स्वतःच्या मुलीला वेश्या म्हणता?''

''मग काय म्हणू? माझ्या मर्जीविरुद्ध फसवून तू भास्करशी लग्न केलंस. धडधडीत मला खोटं सांगितलंस. भास्कर अशिक्षित होता, तुला कधीच साजेसा नव्हता, हे तेव्हा दिसत होतं. पण तुला त्याचा शिडीसारखा उपयोग करायचा होता. पण कसाही असला तरी भास्कर हा सभ्य माणूस. त्यानं तुझ्या सर्व अपराधांवर पांघरूण घालण्याचा शिकस्तीचा प्रयत्न केला. तो एक कलावंत तरी होता; पण तू कोण आहेस? तू धड नटी नाहीस, गायिका नाहीस, सभ्य गृहिणी नाहीस. येणाऱ्या जाणाऱ्याला आपलं गोरंगोमटं शरीर विकणारी तू सरळसरळ धंदेवाईक वेश्या झाली आहेस. शब्द कटू असतील, पण ते सत्य आहेत. लक्षात ठेव, किती झालं तरी मी तुला शाप देऊ शकत नाही; पण तुझा नवरा असलेला, गुरू असलेला भास्कर, त्याचं काय? त्याचे तळतळाट तर तुला बाधल्याशिवाय राहणार नाहीत. हे तुझं रूप तुझ्याजवळ किती दिवस राहणार आहे?''

शब्दाशब्दी करण्याचा कुंदाचा साराच उत्साह एकदम मावळला होता. त्यांच्या बोलण्यात असत्य काहीच नव्हते. भास्करने शिकवले त्यापेक्षा तिचे गाणे वाढले नव्हते. कुठल्याही नाटकात तिची भूमिका खऱ्या अर्थाने गाजली नव्हती. तो असताना काय किंवा नंतर काय, ती त्याची सावलीच होती. त्याच्याशिवाय तिच्या आयुष्याला काही अर्थ नव्हता. पण वासनेच्या अग्नीत आयुष्याचे सगळेच अर्थ जळून जातात, तसे तिच्या आयुष्याचे अर्थ जळून गेले होते.

ती आईला भेटायला गेली; पण तिची आई त्याच दिवशी मरण पावली आणि वडीलही काही फार काळ मागे जगले नाहीत. तसे तिचे आई-वडील काही फार म्हातारे नव्हते. कदाचित आपल्या दुर्लौकिकामुळे त्यांचा मृत्यू जवळ आला, या भयामुळे ती मनातून हादरली. तिने घरातल्या सगळ्या मैफली बंद केल्या. सवंग व भडक नाटकांतील कामं बंद केली. रिकामा वेळ हा तिचा शत्रू होऊन बसला. जो फ्लॅट तिनं अभिमानानं विकत घेतला, त्या फ्लॅटचीच तिला शिसारी आली. व्यवहार तिला अगदीच सोडून गेला नव्हता. तिने तो फ्लॅट चांगली किंमत घेऊन विकून टाकला व चैनी सामानाची विल्हेवाट लावून टाकली आणि परत ती आपल्या चाळीतल्या जागेत राहावयास आली. या तिच्या बदललेल्या जीवनक्रमाबद्दलसुद्धा काहीबाही लिहून आले. पण तिने कशाकडे लक्ष द्यायचे नाही, असं ठरवले. वेळ घालवण्यासाठी ती गाण्याचा रियाज करू लागली. एक-दोन जुने नाट्यनिर्माते अधूनमधून संगीत नाटकात काम करण्यास विनंती करत आणि तेवढी ती मान्य करी. अशी नाटके एकंदरीतच फार थोड्या प्रमाणावर असत. तिची त्याबद्दल तक्रार नव्हती. पैशाची तिला चिंता नव्हती. कारण फ्लॅट विकून आलेले पैसे व तिच्याजवळ जमलेले पैसे तिने काळजीपूर्वक गुंतवले होते. प्रश्न होता वेळ घालवण्याचा. चाळीत तसे तिला संरक्षण होते. पूर्वीचे भास्करचे काही विद्यार्थी अधूनमधून समाचाराला येत एवढाच तिला दिलासा होता. सगुणा मध्यंतरी तिच्याकडे डोकावून गेली. पण निक्षून तिने तिला अपमानित करून परत पाठवली. पूर्वीचे सारे तिला संपवायचं होतं. ते संपत नव्हतं. श्रीपतराव काकडे कधी मुंबईला आले म्हणजे तिला भेटावयास येत. तिने फ्लॅट विकून का टाकला, याची साधी चौकशीही त्यांनी केली नाही. एवढेच नाही तर तिच्या अंगचटीला जाण्याचाही कधी प्रयत्न केला नाही. काही अकस्मात बदल तिच्यात झाले आहेत, हे त्यांनी ओळखले. तिच्या आणि त्यांच्या संबंधात एक रांगडे प्रेम होते. पण त्या प्रेमाला एक खुशीचे औदार्य होते. ते म्हणाले,

"काही अडचण असेल तर सांगावयास अनमान करायचा नाही. गरज लागली तर सरळ तार करायची किंवा बीडला निघून यायचं. संबंध संपले तरी नातं तोडू नका."

नटमोगऱ्या नाटकी जगातले अनेक पुरुष तिने पाहिले होते. त्यापेक्षा श्रीपतराव वेगळे होते, यात शंकाच नाही. काही काळ त्या वाटेवरून ती चालली होती. ती वाट सुखाची होती. पण ती वाट आता त्यांनी सोडली. मनात आणले असते, तर श्रीपतराव जबरदस्तीनं तिचा उपभोग घेऊ शकत होते. कारण ती

त्यांची मिंधी होती. पण श्रीपतराव तसे काही करीत नाहीत, हे पाहून तिचा त्यांच्याबद्दलचा आदर अधिकच वाढला.

मध्यंतरी एका नवीन दमाच्या नाटककाराने एक दर्जेदार संगीत नाटक लिहिले व ख्यातनाम संस्थेने उत्तम संगीत दिग्दर्शक, उत्तम नटसंच घेऊन ते सादर करायचे ठरवले. ती काही धंदेवाईक नाटकमंडळी नव्हती, तर काही विशिष्ट ध्येयानं प्रेरित झालेली सामाजिक संस्था चालविणारी ही मंडळी होती. भास्करची चौकशी करण्यासाठी संस्थेचे प्रमुख जेव्हा कुंदाला भेटावयास आले, तेव्हा भास्करचा पत्ता आपल्याला माहीत नाही हे सांगताना तिला शरमल्यासारखे झाले. नाटकात काम करायला ती तयार आहे का, असे त्यांनी विचारलं तेव्हा नाही म्हणावे असे तिच्या मनात आले. कारण ही मंडळी खरी भास्करची चौकशी करण्यास आली होती. त्यांच्या खूप आग्रहाखातर तिने ते काम स्वीकारले. मग तिच्या लक्षात आले, की ही आपण चूक केली. तिच्या गाण्याबद्दल किंवा अभिनयाबद्दल कोणाची तक्रार नव्हती. तक्रार होती ती तिचीच होती. संगीत दिग्दर्शक हे नामवंत गायक तर होतेच; पण ख्यातनाम रचनाकार म्हणून प्रसिद्ध होते. गाण्याची ते कसून तालीम घेत. ते शिकवीत ते सारे जसेच्या तसे ती गाऊन दाखवी. एके दिवशी ते हताश होऊन म्हणाले, की ''बाई! तुम्ही जे गाता त्याबद्दल काही तक्रारच नाही. जे जे मी शिकवितो, ते सगळंच्या सगळं तुम्ही गाता; पण याशिवाय गायकाला आणखी गाता आलं पाहिजे. शेवटी मी पुरुषगायक आहे. मी गाण्यात ज्या जागा घेईन, त्यापेक्षा वेगळ्या जागा तुम्हाला घेता आल्या पाहिजेत. नाटकातलं गाणं व बैठकीतलं गाणं यांत फरक असा, की नाटकातलं गाणं गायकानं आपल्या प्रकृतिधर्माशी व नाटकाच्या आशयधर्माशी जमवून गायलं पाहिजे. आज भास्करपंत असते, तर मला नेमकं काय हवं आहे ते त्यांना ताबडतोब समजलं असतं. माझी बलस्थानं मला माहीत आहेत, पण माझ्या उणिवाही मला माहीत आहेत. मी फार कष्टानं माझा आवाज घडवला आहे. त्यामुळे त्याला अनुकूल अशी गायकी मी निर्माण केली आहे. देवानं तुम्हाला स्वर्गीय आवाज दिला आहे. त्या आवाजाला वाटेल ते करणं शक्य आहे, म्हणून तुम्हाला चांगला शिक्षक हवा. आपलं नाटक उत्तम होईल. त्याची चिंता करू नका. पण नाटकाची खरी उंची त्याला लाभणार नाही. काही जणांना अनुकरणाची उपजत विलक्षण शक्ती असते, ती तुमच्याजवळ आहेच. पण चांगल्या गायकाला गुरू जे शिकवतो ते शिकावंच लागतं, पण आपला रंगही त्यात मिसळावा लागतो.''

कुंदा समजायचे ते सर्व समजली. ती जीव तोडून श्रम करीत होती.

आपल्याकडून तिने कसलीही कसूर केली नाही. नाटकाचे कथानक चमत्कृतिपूर्ण, संघर्षमय व संगीताला अनुकूल होतं. त्यात ख्याल गायकीपासून गझल, ठुमरी, दादरा यापर्यंत सर्व प्रकार होते. एकाच रागात दोन गायकीचे प्रकार अशी रचना त्यात होती. दोन गायकी घराण्यांचं वैर हाच नाटकाचा विषय होता. नाटकात काम करणारे सगळे नट मातब्बर होते. चाली वजनदार होत्या. त्यामुळे नाटकाचा पहिला प्रयोग झाला व नाटक तुफान गाजलं. नाटकाचे मोठे मोठे दौरे होत होते. एरवीसारखा त्या दौऱ्यात विस्कळीतपणा नव्हता. सुसंस्कृत व सुशिक्षित माणसांची संगती हा वेगळाच अनुभव तिला प्रथम येत होता. वृत्तपत्रकारांनी तिच्या कामावर कौतुकाचा वर्षाव केला. पण संगीत दिग्दर्शकाचं तिच्या गाण्याबद्दलचे मत ती कधीच विसरली नाही. यशामुळे तिला समाधान होते, पण गाण्यातील अपुरेपणामुळे असमाधान होते. हे असले असमाधान यापूर्वी तिला कधीच जाणवले नव्हते. भास्कर असता तर त्याने कोणत्या जागा आपल्याला शिकवल्या असत्या, याचा ती सदैव विचार करी, आणि त्यानुसार ती गाण्याचा प्रयत्न करी, आणि दाद मिळाली तर भास्करबद्दलच्या आठवणींनी पुन्हा एकदा गहिवरून येई. जो भास्कर एके काळी तिला नकोसा झाला होता, तो तिला या घटकेला उत्कटपणे हवा होता. हरवलेल्या वस्तू सहसा सापडत नाहीत. मग भास्कर तरी कसा सापडणार?

या नाटकाचा मराठवाड्याचा दौरा असताना श्रीपतराव काकडे तिकीट काढून नाटकाला आले. पहिला अंक संपल्यावर ते आत तिला भेटावयास आले. त्यांना पाहताच तिला बरे वाटले. त्यांचे अभिनंदन स्वीकारता स्वीकारता ती म्हणाली, “श्रीपतराव, मागू नये ती एक गोष्ट मी तुमच्याजवळ मागणार आहे.”

“मागून तरी पाहा. आपला शब्द आपण कधी खाली पडून दिला नाही.”

“त्याची खात्री आहे म्हणून तर मागणार आहे. मला आता पैशाची, कीर्तीची कसलीच आकांक्षा उरली नाही. श्रीपतराव, तुम्हाला माझं सगळं आयुष्य माहीत आहे. भास्कर मला सोडून गेला हेही तुम्हाला माहीत आहे. तो मला परत शोधून दिला तर हवा आहे. अर्थात असली मागणी कदाचित तुम्हाला वेडेपणाची वाटेल.”

“नाही नाही, मुळीच नाही. उलट, आजपर्यंतच्या सर्व मागण्यांपेक्षा ही तुमची मागणीच शहाणपणाची आहे. डोंगरावरून पाणी पडतं, तेव्हा त्याला खळखळाट असतो; पण तेच पाणी शांत होऊन संथपणे वाहत जातं. मोह, लोभ हे सगळ्यांच्या आयुष्यात येतात. तुम्ही अगर मी काही अलौकिक माणसं नाही. आपण भास्कररावांना शोधून काढू. काही काळजी करू नका. आपले सगळीकडे पै-पाहुणे आहेत. हा गायनवेडा माणूस शोधायला वेळ लागणार नाही.”

श्रीपतरावांनी जारीने तपास सुरू केला आहे, या गोष्टी तिच्या कानावर येत होत्या. त्यातल्या त्यात एक गोष्ट एवढीच बरी होती, की या नवीन संगीत नाटकाचा बोलबाला, त्याचे प्रयोग, त्यासाठी करावा लागणारा रियाज यांमुळे तिचे मन पुष्कळ वेळ गुंतून राहत होते. आपल्या पूर्वायुष्यातील प्रतिमा पुसून टाकण्याचा ती जिवापाड प्रयत्न करीत होती. अधूनमधून पूर्वायुष्यातील डाग ठसठशीतपणे वर यायचे; नाही असे नाही. पण कलावंताला लौकिक जसा चटकन मिळतो, तसाच त्या दुर्लौकिकावरही लवकर पडदा पडत जातो. कलेची गंमत तर हीच आहे, की वर्तमानात असते तेव्हा ती ओढ लावते, भूतकाळात ती मैफलीतील दंतकथा बनत जाते, आणि भवितव्यात तर कलावंताला स्वर्गाची दारे खुली असतात. इथे प्रमादांना क्षमा असते, गुणांना वाहवा असते आणि अलौकिकत्वाला मुजरा असतो. या चालू नाटकातील तिची भूमिका काही असामान्य नव्हती. सारे गाणे दोन्ही पुरुषगायकांनीच व्यापून टाकलेले होते. पण दोन घराण्यांच्या गायकांच्या झटापटीत प्रेमविव्हल झालेले एक कोवळे फूल, नाजूक आणि करुण स्वर काढीत होते. त्यामुळे नाटकाची रंगत वाढत होती. या नाटकातील चाली मोठ्या आकर्षक होत्या. श्रोत्यांच्या तोंडी त्या चटकन ठसल्या. पूर्वीच्या जुन्या नाटकाप्रमाणे गाण्याची जागा आली, की प्रेक्षक सावरून बसत. घराणेदार ख्यालगायकी प्रत्येक श्रोत्याला गाता येत नाही. तशा गाण्याने ते दिपून जायचे. पण कुंदाच्या तोंडी जी हलकी-फुलकी गाणी होती, ती गाणी मात्र आपोआप मनातल्या मनात प्रेक्षक गुणगुणायला लागायचे. नाटक संपल्यानंतर आनंदात न्हाऊन बाहेर पडणारे प्रेक्षक पाहिले, की आपोआपच रंग पुसायला बसलेले सारे जुने आणि नवे नटसुद्धा तृप्त होऊन जायचे. जुन्या जमान्याला शोभेल अशा या घरंदाज संगीत नाटकाने नाट्यक्षेत्रात एक चमत्कार घडवला होता.

एक दिवस नागपूरला प्रयोग असताना श्रीपतरावची तार आली– 'आपण येतो आहोत. तेथेच थांबावं. भास्करचा पत्ता लागलेला आहे.' नाटकाचा दौरा तर पुढे चालू राहणार होता. काय करावं हे कुंदाला समजेना. ती सरळसरळ ताबडतोब रामकृष्ण पै कडे गेली, आणि तिने ती तारच त्यांच्यापुढे केली. खरंतर खुलाशा-प्रतिखुलाशांची काही गरज नव्हती. गेले सहा महिने जवळपास ते कुंदाचं वागणे पाहत होते. 'भास्कर सापडला आहे', या शब्दांचा अर्थ त्यांना बरोबर माहीत होता. त्यांनी क्षणाचाही विचार न करता सांगितलं, "बाई, नशिबवान आहात, दौरा आम्ही तूर्त इथंच संपवू. दोन-तीनच प्रयोग उरले आहेत. ते ताबडतोब तारा करून मी रद्द करतो. थोडं नुकसान होईल, पण ते

आम्ही भास्करपंतांसाठी सोसू. तुम्ही नि:संकोचपणानं त्यांची गाठभेट घ्या. मात्र शक्य तितक्या लवकर मुंबईस परत या; कारण अनेकांचं पोट नाटकावर अवलंबून असतं. फार काळ नाटकाचे प्रयोग बंद ठेवता येणार नाहीत. तुमच्या जागी दुसरी नटी लगोलग उभी करता येणार नाही. तेव्हा तुम्ही आपली जबाबदारी ओळखा म्हणजे झालं.''

इतक्या सहजगत्या आपल्याला दौरा मधे सोडता येईल, असे कुंदाला वाटले नव्हते. आपल्या एकटीसाठी हा एवढा खर्चिक सरंजाम, प्रयोग न करताच, ही नाट्यसंस्था परत मुंबईला नेत आहे, याचे तिला मनातून खरे आश्चर्य वाटले. तिच्या डोळ्यांत टचकन् पाणी आले. अशी उदार आणि समजदार माणसे या क्षेत्रात नसतात, असा तिचा अनुभव होता. पैसे बुडवणारे, ऐनवेळी प्रयोग रद्द करणारे, क्षुल्लक कारणावरून, जेवणावरून मारामाऱ्या करणारे अनेक नट, निर्माते तिने पाहिले होते. पण या नाट्यसंस्थेत तिला आरंभापासूनच वेगळेपणा जाणवला होता. ही नाटक मंडळी नव्हती तर खरोखरीच उच्च विचारांनी प्रेरित झालेल्या लोकांची संस्था आहे, हे ती ऐकून होती. पण ऐकलेल्या सगळ्याच गोष्टी अनुभवायला थोड्याच मिळतात? ती आभार मानायला लागली तेव्हा तिच्याकडे पाहत, हसत संस्थेचे प्रमुख रामकृष्ण पै म्हणाले, ''बाई, तुमच्यासाठी हा दौरा मी स्थगित केलेला नाही. कुठल्याही कंपनीला तसं करणं परवडणार नाही. अनेक नट कुरबुर करतील; पण एकच गोष्ट अशी आहे, की ज्यासाठी कुणीही काहीही करायला तयार होईल. आमच्या क्षेत्रात भास्कररावांना किती मानतात, हे मी तुम्हाला सांगायला पाहिजे असं नाही. मुंबई सोडून आणि तुम्हाला सोडून ते निघून गेले यात तुमचे वैयक्तिक नुकसान किती झालं हे मला माहीत नाही, पण मुंबईतील संगीत-जगताचं फार नुकसान झालं. त्यांच्या योग्यतेची माणसं अगदी बोटावर मोजण्याइतकीच आहेत. तुम्हाला माहीतच असेल, की हे नाटक जेव्हा काढायचं ठरलं तेव्हा त्यांचीच चौकशी करण्यासाठी आमचा माणूस तुमच्याकडे प्रथम आला होता. तुमच्या खाजगी आयुष्यात मला काही रस नाही, पण तुम्ही जर त्यांना मुंबईत परत घेऊन आलात, तर त्या परता आम्हा सर्वांनाच आनंद नाही.''

२८

श्रीपतराव काकडे नागपूरला पोचले आणि कुंदाची त्यांची गाठ पडली. तेव्हा भास्करचा ठावठिकाणा कसा लागला, हे त्यांनी सांगितले. ''आमचे एक

आप्त केव्हातरी मुलुखगिरीवर नागपूरकर भोसल्यांच्या दरबारात रुजू झाले होते आणि त्यांनी वऱ्हाडात छोटीशी जहागिरी मिळवली होती. काकडे हे नाव आता ते लावीत नव्हते, तर सूर्यराव मार्तंडकर म्हणून त्यांना लोक ओळखतात. त्यांची जहागिरी 'मार्तंडपूर' शंभर-एक मैलावर डोंगराळ मुलखात होती. संस्थाने खालसा झाली, पण श्रीमंत ही उपाधी अजून बाकी होती. व्यापार, उद्योग, शेती व कायमचा निवास मार्तंडपुरात असतो. त्यांचे एक बिऱ्हाड नागपूरला आणि दुसरे मार्तंडला आहे. मनुष्य मोठा शौकीन, रंगढंग करणारा, गाण्या-बजावण्याचा नाद असणारा, म्हणून या भागात विख्यात आहे. साऱ्या तमासगिरांना तर श्रीमंत मार्तंडकर म्हणजे आपलं आश्रयस्थान वाटतं. मार्तंड हे एक अतिशय पुराणं असं पहाडातलं जागृत देवस्थान आहे. जसा तुमचा तिकडचा जेजुरीचा खंडोबा तसा इकडचा मार्तंड. ह्या मार्तंडला पावसाळा संपल्यावर एक मोठी जत्रा भरते. गावोगावचे तमासगीर तिथे येतात. पण ते केवळ श्रीमंत मार्तंडकरांना मुजरा करण्यासाठी किंवा मल्हारी मार्तंडाचे नवस फेडण्यासाठी येत नाहीत. ते येतात ते मुख्यत्वेकरून सरदार मार्तंडकरांचे, मुनिम म्हणा, दिवाण म्हणा किंवा उपाध्याय म्हणा, दिगंबरपंत कुलकर्णी म्हणून आहेत त्यांना भेटावयास. दिगंबरपंत कुलकर्णी हा व्युत्पन्न ब्राह्मण तर खराच; पण रामजोशी, पठ्ठे बापूराव, यांच्याच जातकुळीतला माणूस. एक रसीला तमासगीर कवी. वऱ्हाड, मराठवाड्यातले सगळे तमासगीर जे वग सादर करतात ते या दिगंबरपंतांचेच.

"तशी गोष्ट जुनी आहे. मार्तंडाच्या जत्रेत बकुळा आर्वीकर हिचा फड एकदा आला होता. वास्तविक तमासगिरांत वावरूनसुद्धा कोणाकडे कधी वाकडा डोळा करून न पाहणारा हा ब्राह्मण बकुळेच्या तारुण्यावर भुलला. श्रीमंत मार्तंडकरांना ही गोष्ट आवडणार नाही, म्हणून गाव सोडण्याची त्याने तयारी केली. रात्री फडाबरोबर दिगंबरपंत गुपचूप गावाबाहेर पडले आणि शिवेवरती त्यांचा फड अडवला गेला. श्रीमंतांना पाहून ब्राह्मण लटपटला, पण श्रीमंत खळखळून हसले आणि म्हणाले, 'बायका-पोरं सोडून तमासगिरणीच्या मागे जातोस काय बामणा! त्यांचं मागं काय होईल, याचा तरी विचार करायचा की नाही? अरे, असले शौक भटा-भिक्षुकांनी करायचे नाहीत. त्याला हिंमत लागते. बाईसाठी कोणी घरदार का सोडते? बाईला फारतर फरफटत घरात ओढून न्यायची.' फडातल्या सगळ्या माणसांना श्रीमंतांनी हाकलून दिलं आणि बकुळाला आणि दिगंबरपंतांना घेऊन ते मार्तंडाच्या देवळात आले. मार्तंडासमोर दोघांनी आणा-शपथा घेतल्या आणि खुल्लम-खुल्ला बकुळा कुलकर्ण्यांच्या वाड्यात

राहू लागली. चार दिवस लोकांनी टिंगल केली. तमासगीर मंडळी नाराज झाली. पण श्रीमंतांनी तिढा सोडवून टाकला. त्यांनी कुलकर्ण्याला सांगितलं, 'अरे, बाई तमासगीर आहे. तिनं नाचलं-गायलं पाहिजेच. त्याशिवाय तिला शोभा काय? ती इथं येत जाईल अधूनमधून. तिला कुलकर्णीण करून काय फायदा? तिच्यावर पाचपन्नास माणसाचं पोट अवलंबून आहे.' दिगंबरपंतांचा पहिला इसाळा कमी झाला होता. त्यांनाही श्रीमंतांचे म्हणणे पटले. बकुळा तशी नेक बाई होती. ती फडात परत गेली. तमासगिरांची नाराजी संपली. पण तिनं कुलकर्ण्यांशी केलेलं शपथ प्रमाण इमानाने पाळले. त्याच्यापासून तिला तीन मुली झाल्या. दोघींची भल्या माणसांशी आता लग्ने झालीत; पण नवऱ्यासकट त्याही पोरी आईच्या पावलावर पाऊल ठेवून उत्तम तमासगीर झाल्या आहेत अन् फड सांभाळीत आहेत.

"तर ह्या कुलकर्ण्यांच्या घरी आज तुझा भास्कर आहे. कुलकर्ण्याला नर्मदेची परिक्रमा करायची होती. वय झालेले. श्रीमंतांनी नोकर दिला. बकुळा होती, कुलकर्णीकाकू बरोबर होत्या– परिक्रमा करता करता त्यांचा मुक्काम हरिहरेश्वराच्या मंदिराजवळ होता. सारीच मंडळी तिथल्या उत्सवाला गेली. उत्सव मोठ्या भव्य प्रमाणात झाला म्हणतात आणि तिथल्या महंताचं गायन झालं. गाणं कुलकर्ण्याला ओळखीचे वाटत होते. विशेषत: शेवटची भैरवी तर त्यांच्या इतक्या परिचयाची होती, की ती त्याच्या गुरूनेच रचली होती. कान्हेरेबुवा म्हणून कोणी ख्यातनाम गायक होते नागपूरला. त्यांच्याकडे काही दिवस हा कुलकर्णी गाणे शिकत होता. 'नागपूर-मार्तंड' या सारख्या कराव्या लागणाऱ्या प्रवासामुळं त्याला गाणं सोडून द्यावं लागलं, आणि नागपूरहून कान्हेरेबुवाही गाव सोडून गेले. पण ही चीज त्यांनीच रचली, ही आठवण काही त्यांची बुजली नव्हती. पहाटे जाऊन त्यांनी शोध घेतला, तेव्हा सगळा खुलासा झाला. तेव्हा हा महंत दुसरा-तिसरा कोणी नसून कान्हेरेबुवांचाच शिष्य 'भास्कर कर्वे'. दैवगतीमुळे संसार अर्धवट सोडून त्याला बिचाऱ्याला रानोमाळ हिंडावं लागलं आणि तो या देवळात येऊन स्थायिक झालेला. कुलकर्ण्याने खूप आग्रह केला. जत्रेसाठी तरी मार्तंडगावी या अशी विनवणी केली. आपल्या तिन्ही मुलींना गाणं शिकवलं- निदान धाकटीला– तरी बरं, असे ते म्हणाले. भास्करपंत त्यांच्याबरोबर मार्तंडला आले आणि तो परिसर, ती माणसे, तो तमाशाचा फड, त्यांना सारं काही आवडलं. त्यांनी तिथे राहायचं कबूल केलं. आणि अजूनतरी ते तिथे आहेत. अधूनमधून ते गाणं शिकवतात. गाण्याला चाली लावून देतात. तमाशात साथसुद्धा करतात, आणि वगात कधीतरी कामसुद्धा करतात. मला जे पत्र आले त्याच्यावरून

भास्कर तमाशाच्या फडात चांगले रमलेले दिसतात. तेव्हा ते परत येतील अशी आशा करण्यात काही अर्थ नाही; पण कबूल केल्याप्रमाणे भास्करची तुझी गाठ घालून देणं माझं काम आहे. तेवढं मी केलंय. आता तू आणि भास्कर काहीही करा.''

नागपूरहून खाजगी गाडीनं दोघं मार्तंडला जाण्यासाठी निघाली. रस्ता फारसा चांगला नव्हता आणि हळूहळू अंधारून आले होते. आपण मार्तंडला केव्हा पोचणार अन् भास्कर कोणत्या अवस्थेत आपल्याला भेटणार, याचा कुंदाला काही अंदाज घेता येत नव्हता. आयुष्यातही ती अंधारातच उभी होती. अवमानित केलेला पुरुष कोणत्या उपायांनी आपण जिंकू शकू, हा तिच्यापुढे प्रश्नच होता. उन्मत्त, उथळ आणि बेताल असे तिचे आयुष्य तिच्यासमोर त्या अंधारात अक्राळविक्राळ रूप दाखवीत होते. गंमतीची गोष्ट अशी, की त्या उन्मत्त आयुष्यातील एक साक्षीदार बरोबर घेऊन ती परतीच्या प्रवासाला निघाली. आपल्या आयुष्याचा जमाखर्च मांडताना आपण काय कमावले आणि काय गमावले, हा हिशेब तसा असह्य होत होता. वासनेच्या वादळी लाटा तिनं अनुभवल्या आणि अनुतापाचे नि:श्वासही तिला टाकावे लागले. भास्कर हा आपला केवळ नवरा नाही, गुरू नाही; तर आपल्या अस्तित्वाचा एक भाग आहे या नव्या जाणिवेने ती अंतर्बाह्य हादरून गेली. श्रीपतराव निर्विकारपणे तिच्याकडे पाहत होते. त्या रात्री एखाद्या मोहिनी-मंत्रानं भारलेल्या अप्सरेसारखी उन्मादित झालेली स्त्री ती हीच का, असा त्यांना प्रश्न पडला! तिला आलेल्या अनुतापाचा झटका खरा आहे का क्षणिक आहे, याचाही ते मनाशी विचार करीत होते. एका तऱ्हेच्या मस्तीत, गुर्मीत, श्रीमंतीत, विलासात आयुष्य घालवलेला तो खानदानी पुरुष, स्त्रीत्वाचं हे आगळे रूप समजून घेण्याचा प्रयत्न करीत होता. वाकड्या वाटेने गेलेल्या अनेक स्त्रिया त्याच्या आयुष्यात आल्या होत्या आणि परपुरुषाचा विचारसुद्धा जिच्या मनात आला नाही, अशा त्यांच्याच कुटुंबातील खानदानी स्त्रियाही त्यांना माहीत होत्या. पण समोरची स्त्री भरकटत, वाकड्या वाटेनं का गेली आणि तितक्याच बेभानपणे परत का फिरते आहे, याचा थांग लावणे त्यांना कठीण होतं. चहा पिण्यासाठी त्यांनी गाडी थांबवली, तेव्हा चहा नको असे कुंदा म्हणाली. श्रीपतराव हसले. म्हणाले, ''कुंदाबाई, पुढे अदृष्टात काय वाढून ठेवलं आहे हे तुम्हाला माहीत नाही. त्याला सामोरं जायचं असेल तर शरीर आणि मन दोन्ही तरतरीत असावयास पाहिजे. उगीच शरीराला फार कष्ट देऊ नका.''

नाइलाजाने कुंदा खाली उतरली आणि एस.टी. स्टँडच्या सामान्य दर्जाच्या उपाहारगृहात श्रीपतरावांबरोबर गेली. खाण्यासारखे तिथे काही नव्हतेच. तेव्हा

चहावरच दोघांनी समाधान मानले. गाडी पुन्हा डोंगराची वळणे पार करू लागली. गाडी धीमे धीमे एक एक डोंगर मागे टाकीत होती. जंगल अधिकाधिक दाट होत होतं. श्रीपतराव बरोबर नसते, तर तिनं एकटीने असल्या निबिड जंगलात प्रवास केलाच नसता. गाडीत तिला केव्हा डुलकी लागली, हे समजलेच नाही. पण ती जागी झाली तेव्हा तिची मान श्रीपतरावांच्या खांद्यावर विसावलेली होती. श्रीपतराव नुसते हसत होते. ती चटकन सावरून बसली. तेव्हा ते म्हणाले, "कुंदाबाई, आयुष्यात सगळे रंग-ढंग केले, पण त्यांचा गुलाम झालो नाही. माझ्या हातानं मी तुम्हाला तुमच्या नवऱ्याकडे पोचवतो आहे. कारण तुमच्याबद्दलची सारी वासना जळून गेली आहे. तुमच्या हातून असं काही वावगं घडायला नको होतं, तुमच्या त्या आयुष्यात मी भागीदार आहे याची मला जाणीव आहे. पण मी म्हणजे केवळ निमित्त होतो. मी तुम्हाला फसवलं नाही, भुलवलं नाही, किंवा जबरदस्ती केली नाही. राजीखुषीनं तुम्ही मला आपणहून वश झालात. तेव्हा मी समजूत करून घेतली, की तो रस्ता तुम्हाला पूर्वीपासून माहीत आहे, तुम्ही सराईत आहात; पण जेव्हा मला कळलं, की तसं नव्हतं– मीच तुमच्या या वाटचालीला आरंभ करून दिला, तेव्हा मन कुठंतरी खायला लागलं. मी तुमच्या आयुष्यात आलो नसतो, तर कदाचित–कदाचित– आणखी काही काळ तुमच्या हातून ही वाट धरली गेली नसती. खैर, झालं ते होऊन गेलं! निदान मलाच तुम्ही ती चूक दुरुस्त करण्याची संधी दिलीत अन् त्यात यश मिळालं, यात मी सारं काही भरून पावलो आहे. एकच इच्छा आहे– ती म्हणजे तुमचे सारे अपराध विसरून भास्करपंतांनी तुम्हाला क्षमा करावी. स्वीकार करावा असं मी म्हणणार नाही. म्हणजे मी तरी केला नसता, भास्कररावांचं मला माहीत नाही."

तोपर्यंत एक प्रचंड जलाशय दिसू लागला. त्याकडे बोट दाखवीत श्रीपतराव म्हणाले, "हेच ते मार्तंड सरोवर. ते पूर्ण भरलं म्हणजे वाहायला लागते आणि वाहायला लागले म्हणजे संपूर्ण रिकामं होतं, पण असा प्रसंग दहा-वीस वर्षांनी केव्हातरी येतो. निसर्गाचं हे गूढ कळायला मार्ग नाही. यंदा काही हे सरोवर भरलेलं दिसत नाही."

"नाही श्रीपतराव, निसर्गाचं तत्त्व बरोबरच आहे. पापाचं सरोवरसुद्धा पूर्ण भरलं तरच ते वाहून त्याचा निचरा होतो. नाहीतर आपण केलं ते पाप आहे हे लक्षातच येत नाही. असा प्रसंग कदाचितच येणार की हो!"

"वा!" श्रीपतराव आश्चर्याने म्हणाले. अन् त्यांनी टाळीसाठी हात पुढे केला. त्यांना दाद द्यावी असे कुंदालासुद्धा वाटले, आणि त्यांचा हात तिनं हातात

घेतला. हाच हात एके काळी केवळ एका नराचा होता. केवळ पुरुषाचा होता. पण आता याच हाताला माणुसकीचा गंध होता, भावनांचा जिव्हाळा होता.

सरोवराची बाजू हळूहळू दूर होत गेली व डोंगरास वळसा घालून गाडी उतरू लागली. डोंगराच्या उतारावर बसलेले मार्तंडगाव दिसू लागले. गावात काहीतरी गडबड आहे, हे सांगावे लागलेच नसते इतका झगमगाट आज गावात दिसत होता. उत्तर रात्र होत आली होती. गावाशी ती पोचली तेव्हा गावाच्या उतारावर असणारे जत्रेचं मैदान त्यांना दिसले आणि या मैदानावरच तमाशाचा फड काही कार्यक्रम सादर करीत होता. गाडीतून दोघे उतरले. गर्दीतून रस्ता काढत काढत ते कसेबसे तिकीटविक्रीच्या खिडकीपाशी पोचले. तिकीटविक्रीच्या खिडकीत कोणीच नव्हते. शहरातले एक जोडपे गाडीतून उतरून तिकिटाच्या खिडकीपाशी आलेले पाहताच ठेकेदार वाटेल असा प्रौढ माणूस पुढे होऊन म्हणाला, ''साहेब, तिकीटविक्री केव्हाच बंद झाली. पाय ठेवायला जागा नाही आत.''

श्रीपतराव म्हणाले, ''मी मार्तंडरावांचा पाहुणा आहे. त्यांना मी आल्याचं कळवा. त्यांना म्हणावं, श्रीपतराव काकडे आलेत.''

का कोणास ठाऊक? श्रीपतरावाचा आवाज, रुबाब त्याच्याबरोबर असणारी वातावरणाला विशोभित असणारी स्त्री याचा परिणाम त्या माणसावर झाला असावा. तो लगेच लाचारीने म्हणाला, ''तिकटं कसली काढता. चला मी नेऊन बसवतो विंगेत. खरं म्हणजे खेळ संपत आला आहे. कारण उद्या पहाटे मार्तंडाची महापूजा आहे. तेव्हा आज एकच्या आत खेळ संपवायचा हुकूम आहे श्रीमंतांचा.''

त्याच्या मागोमाग दोघेजण स्टेजच्या दिशेने गेले व पडदा वर करून त्या दोघांना त्याने आत घेतले. आतही माणसांची खूप गर्दी होती. काही गावातले प्रतिष्ठित लोक होते, काही तमासगीर होते. काहींची कामे झालेली होती. काहींची व्हायची होती. त्या ठेकेदाराने एक-दोघांना खुर्च्यांवरून उठवले आणि या दोघांना बसायला जागा करून दिली. बसताबसताच श्रीपतरावांचे लक्ष समोरच्या विंगेत गेले. तिथे श्रीमंत मार्तंडराव व दिगंबरपंत बसले होते. ते अगत्याने त्यांना आपल्याकडे बोलवायला लागले; पण त्यांनी खेळाचा बेरंग नको म्हणून 'इथेच बसतो' अशी खूण केली व ते खुर्चीवर बसले. समोर काहीतरी वग चालू होता; पण त्याचे स्वरूप नाटकासारखेच होतं. संवाद ओळखीचे वाटत होते. अर्थात त्याचा बाज ग्रामीण होता. प्रथम रंगभूमीवरच्या नटांना कुंदाने नीट निरखून पाहिले. तिला ओळखीचे कोणी दिसेना. एवढ्यात एक राजेशाही कपडे घातलेला पुरुष पुढे आला व गाणे म्हणू लागला. तो स्वर तिच्या कानात पडला मात्र आणि

तिच्या लक्षात आले, हाच भास्कर! दुसरा कोणी हा असूच शकत नाही. नायिकेच्या रूपाचे वर्णन करणारी ती एक लावणी होती. पण त्या लावणीतील तानांची आतषबाजी व टिपेला गेलेला आवाज तिच्या कानात घुसला. तिच्या लक्षात आलं की, भास्करचा आवाज त्याला परत मिळाला आहे. तिने डोळे मिटले अन् तिची शुद्धच हरपली.

तिला जाग आली तेव्हा तिच्या लक्षात आले, रात्र संपली आहे; आणि आपण काही आता जिथे बेशुद्ध झालो होतो तिथे नाही. हा तमाशाचा फड नाही. हा कोठलातरी देवळाचा प्राकार आहे. खोलीत अंधार होता त्यामुळं फारसं तपशीलवार तिला दिसत नव्हते. पण तिला काही ओळखीच्या वस्तू तिथे दिसल्या आणि भास्करच्या खोलीत आहोत, हे कळल्यामुळे तिला बरे वाटले. तिला अशक्तपणा जाणवत होता, तेव्हा कुठे तिच्या लक्षात आले, की काल सकाळपासून आपण काही खाल्लेच नाही. भास्करला भेटायची ओढ अनावर होती हे खरे; पण ज्या अर्थी आपण भास्करच्या मुक्कामाच्या जागेत आहोत, त्या अर्थी भास्करने आपला अव्हेर केलेला दिसत नाही. पण मग भास्कर आपल्या शेजारी का बसलेला नाही? एवढी रात्र आणि एवढी सकाळ झाली, तरी आपल्याला झोप लागलीच कशी? तिने उठण्याचा प्रयत्न केला, तेव्हा तिच्या लक्षात आले, की आपण एका साध्या सतरंजीवर झोपलो आहोत. खोलीतले अन्य सामान नीट निरखून पाहिल्यावर तिला दिसून आले, की हे काही गृहस्थी माणसाचे घर नाही. ती तशीच उठली. तिने शेजारच्या एका तांब्यातून पाणी घेतले. चूळ भरली आणि खसाखसा तोंडावरून पाणी फिरवले. मग तिच्या लक्षात आले, की आपली बॅग कोपऱ्यात ठेवली होती. खरेतर तिला चहा हवा होता. अंघोळ करायची होती. वेणीफणी करायची होती. पण या बैराग्याच्या मठीत अंघोळ कुठे करायची, हेच तिला कळेना. प्रवासातले कपडे तिने बदलले. कोल्हापूरला जेव्हा ती दोघे महालक्ष्मीच्या दर्शनाला गेली होती, त्याच दिवशी त्याने हौसेने घेतलेलं एक साधे बैंगणी रंगाचं सुती पातळ तिने काढले आणि कपडे बदलले. केसावरून कंगवा फिरवला. आळस निघून गेला. पण अशक्तता होतीच. पण भास्कर केव्हा भेटेल, असे तिला झाले होते. इतक्या दूरवरचा प्रवास करून आपण इथे आलो व प्रत्यक्ष काल रात्री आपण भास्करला पाहिले, हे सारं मृगजळ तर नाही ना? रागावला तरी चालेल, धिक्कारले तरी चालेल; पण भास्कर आता भेटायलाच हवा. मग एकदम कोपऱ्यात उभा असलेला भास्करचा तंबोरा तिला दिसला. उचंबळून जाऊन तिने तो कवेत घेतला, तेव्हा

त्याच्या तारा झंकारल्या. आपल्या सुरांसाठी तिने तंबोरा जुळवलासुद्धा नाही. मृगाजिन घालून गाण्याची बैठक तिथे केली होती. त्यावर ती बसली आणि तंबोरा घेऊन डोळे मिटून ती हलक्या स्वरात 'गुरुचरण पाऊ' ही चीज गाऊ लागली. गाण्यात ती कशी रंगत गेली, हे तिचे तिलाच कळले नाही. खांद्यावर कोणाचा तरी स्पर्श तिला एकदम जाणवला, तेव्हा चमकून तिनं मागं पाहिलं. प्रसन्न वदनाने भास्कर उभा होता. तोच भास्कर ज्याने तिला पहिल्या दिवशी गाण्याची संथा दिली. तोच भास्कर ज्याने तिला पुरुषाचा पहिला स्पर्श दिला– तोच भास्कर ज्याने तिला नाटकाचे आणि फूटलाईटचे जग यांचे दर्शन घडवले. फक्त आत्ताच्या भास्करच्या डोळ्यांत एक निर्भय करार होता, सात्त्विक तेज होते, विलक्षण आत्मविश्वास होता. हातातला तंबोरा तसाच जमिनीवर मागे टेकवत तिने त्याच्या पायाला घट्ट मिठी मारली. ''काय करतेस हे वेडे'', असं म्हणत तो तिला वर उठवायचा प्रयत्न करत होता; पण ती मिठी केवळ त्याच्या धर्मपत्नीची नव्हती किंवा त्याच्या शिष्येची नव्हती. अहिल्येने रामाच्या पायाला जशी मिठी मारली, असेल तशी ती अनुतापदग्ध याचिकेची मिठी होती. ती मिठी अशी सहजासहजी सुटणार नव्हती. त्याच्या पावलांना तिचे अश्रू जाणवत होते. एरवी तो ती मिठी सोडवू शकला नसता. पण तो पूर्वीचा भास्कर नव्हता. बलदंड हातांनी त्याने तिला चक्क उचलली आणि तिच्या ओलावलेल्या डोळ्यांवर आपले ओठ टेकले. त्याच्या मानेभोवती हाताची घट्ट मिठी पडली आहे, हे त्याला जाणवले. अनेक वर्षांचा दुरावा क्षणार्धात गळून पडला; पण काळाच्या दुराव्यापेक्षासुद्धा वृत्तीत पडलेला फरक त्या स्पर्शाने त्याला जाणवला. माणगावात भेटलेली ती निरागस पोर जणू काही त्याच अवस्थेत पुन्हा आपल्याला भेटते आहे या जाणिवेने त्याची मिठी थोडी घट्ट झाली. त्यामुळे तिचा श्वास कोंडला असावा. तिनं मान थोडी दूर केली. त्याबरोबर तिच्या त्या रडवेल्या तरीही तृप्त चेहऱ्याकडे पाहून भास्कर म्हणाला,

''आता मात्र तू खरोखरच विचित्र दिसतेस. श्रीमंत आणि कुलकर्णीआण्णा इकडे यायला निघाले आहेत. महापूजा संपली व मी चटकन इकडे आलोय. चटकन जरा आवर पाहू.''

''कशाला? पाहू दे त्यांना माझं हेच रूप. हेच रूप आता कायम राहणार आहे.''

''नाही नाही. इतकी रडकी बायको मला नकोय. मला माझी पूर्वीचीच हसतमुख, खेळकर, चैतन्यदायी अशी बायको हवी.''

''पण मी आता मुळी नाटकात काम करणारच नाही.''

"नाटकानं काही वाकडे केलेले नाही. आपली मनं वाकडी असतात. नाटकात, नाटकधंद्यात माणसाला जास्त अनुकूलता मिळते इतकंच. खंबीरपणे राहणाऱ्या माणसाला कोठेही आपली इज्जत सांभाळता येते आणि ज्याला ती घालवायची असते; त्याला ती कुठेही घालवता येते. मीही एकदा वाकड्या वाटेने प्रवास केला आहे. तेव्हा कुंदा, आयुष्यातले खाचखळगे मला माहीत नाहीत, असं नाही. सूड-मत्सरापोटी माझा आवाज मुद्दाम कोणी घालवायचा प्रयत्न केला नसता, तर पाप की पुण्य याचा विचार करायलाही मला उसंत मिळाली नसती. असाच वाहवत वाहवत मी कोठेतरी गेलो असतो. त्या मानानं तू नशीबवान आहेस. सगळी अनुकूलता असताना तुला उपरती झालीय. नाहीतर मागे फिरायची वेळ टळून गेली असती. मला श्रीपतरावांनी बऱ्याच गोष्टी सांगितल्या, म्हणजे तशा मला त्या माहीत होत्या. पण तुझ्यात कसकसे बदल होत गेले हे त्यांच्याकडून ऐकताना माझ्या ध्यानात एक गोष्ट आली. नाखुषीने मी संसारातून व तुझ्यापासून दूर गेलो आणि जिद्दीने माझा गमावलेला पुरुषार्थ म्हणजे माझं गाणं परत कमावलं. ते कशासाठी? मला जाणवलं, ते एकच, तुला परत मिळवण्याची तीव्र अभिलाषा त्यात होती. पुढे जाणारी नदी जशी मागं वळून पाहत नाही, तसंच माणसानं करावं.''

एवढ्यात बाहेरून पुष्कळांचे आवाज ऐकू आले. त्याबरोबर दोघे दूर झाली. भास्करने खिडक्यांची कवाडे उघडून टाकली आणि मग 'येऊ काय' असा पुकारा करीत श्रीमंत मार्तंडराव, कुलकर्णी, श्रीपतराव आणि एकदोन इतर असामी त्या खोलीत आल्या. कुंदाला पाहताच 'तब्येत काय म्हणतेय', अशा मोठ्या गडगडाटी आवाजात श्रीमंतांनी विचारले. कुंदा नुसती हसली आणि अगदी अभावितपणे तिने, त्यांना व दिगंबरपंत कुलकर्णी यांना वाकून नमस्कार केला. भरल्या तोंडाने दोघांनी आशीर्वाद दिले. नमस्कारामुळे श्रीमंत सुखावले होते. श्रीमंत म्हणाले, "बाई, तुमचा नवरा अगदी विक्षिप्त माणूस आहे. एवढा आमचा प्रचंड वाडा आहे. त्यात राहा म्हटलं तर ते म्हणाले, कुणाच्याच घरात राहायचं नाही अशी माझी प्रतिज्ञा आहे. आम्ही म्हणालो, आमच्या घरात तुमचं सोवळं-ओवळं जमणार नसेल, तर दिगंबरपंतांच्या घरात राहा. त्यालाही त्यांनी नकार दिला. आता ह्या देवळाच्या ओवरीत तुमच्यासारख्या बाईमाणसाला घेऊन राहणं शक्य आहे काय? इथं नाही मोरी, नाही आडोसा. यांचं ठीक आहे, हे नदीवर अंघोळीला जातात. पण तुम्ही काय करणार? काल रात्री तुमची प्रकृती ठीक नव्हती तेव्हासुद्धा या खुळ्या माणसानं आमचं ऐकलं नाही. तो म्हणाला,

गृहस्थाचं घर मला वर्ज्य आहे. तुम्हीच सांगा, आम्ही तरी काय करावं? तुम्ही आमची किंमत काय कराल?''

''तुमची काहीच चूक नाही. तुम्ही तुम्हाला शोभेसा आग्रह केला, हे अगदी यथार्थ झालं. पण यांनी संन्यास घेतला होता ना? मग संन्याशाला गृहस्थाचं घर वर्ज्य असतं!''

''अहो, हा कसला कपाळाचा संन्यासी? हा आमच्या कुलकर्ण्यांच्याच जातकुळीतला. या कुलकर्ण्यानं मागे तमाशातली पोरगी पटवली आणि घरात तमाशा आणला. तुमच्या नवऱ्यानं घरात नाटक आणलं एवढंच. आपलं लग्न झालं आहे. आपली बायको आहे. ती गावात आलीय, तिची देखभाल करायला पाहिजे, एवढं तरी याला कळायला पाहिजे की नाही?''

''ते संन्यासी होते म्हणून ते तुमच्या घरी आले नव्हते; पण आता त्यांचा संन्यास संपला आहे. आता आम्ही दोघे तुमच्या घरी येऊ. जायचं ना हो?''

शेवटचे शब्द ती भास्करकडे पाहून म्हणाली. भास्कर नुसताच हसला. त्यावर श्रीमंत म्हणाले,

''म्हणजे? हा तर त्रिदंडी संन्यास झाला!''

मार्तंडगावातून सर्वांचा निरोप घेऊन, त्यांचे सन्मान स्वीकारून कुंदा, भास्कर आणि श्रीपतराव सगळेजण जायला निघाले. तेव्हा कुलकर्ण्यांच्याच– बकुळाच्या– मुली दोघांच्याही पाया पडावयास आल्या. थोडे दिवस का होईना, पण त्या भास्करकडे गाणे शिकत होत्या. भास्करही त्यांच्यातला तमासगीर कलावंत होऊन राहिला होता. कुलकर्णीअण्णांनी या दोघांना आहेर दिला, आशीर्वाद दिले व सांगितले की, ''हरिहरेश्वराच्या जत्रेला तुम्ही दरवर्षी जायचं कबूल केलंत, तशीच मार्तंडेश्वराची जत्रा आपण मानली पाहिजे. हरिहरेश्वराच्या कृपेनं रुष्ट झालेली कला तुम्हाला प्रसन्न झाली आणि मार्तंडेश्वराच्या कृपेनं तुमची रुष्ट झालेली कामिनी परत मिळाली. पुढच्या वर्षी याल तेव्हा सडे येऊ नका. आपलं घराणं कायम राहिलं पाहिजे. कान्हेरेबुवांचा मी नावापुरता शिष्य. तुम्ही मात्र त्यांचं नाव काढलं आणि त्यांची गायकी खरीखुरी मागे ठेवणारा शिष्य मागं ठेवायला हवा–''

सगळीजण हसली.

झंझावातात सापडलेली माणसं झंझावात संपल्यावर अबोल होतात तसंच परतीच्या प्रवासात झालं. नागपूरला श्रीपतराव मागे थांबले. तिथून ते परस्पर बीडला जाणार होते. मुंबईच्या दिशेने कुंदा आणि भास्कर परत यायला निघाली

तेव्हा कुंदा म्हणाली, ''आपण मुंबईला न राहता दुसरीकडे राहिलं तर चालेल का?''

भास्कर नुसताच हसला.

''हसता काय? बोला ना काहीतरी''

''कुंदा, गाव बदललं, माणसं बदलली, तरी माणसांचे लौकिक बदलत नाहीत– ते आपल्याबरोबरच बाळगायचे. त्यांना घाबरायचं नाही. जिथं आपण बदनाम झालो, अपयशं स्वीकारली, तिथंच आपण कीर्तिमंत झालं पाहिजे. तसे म्हणशील, तर मला कीर्तीचा लोभ नाही, पैशाचा त्याहून नाही. माणगावला मी फार संतुष्ट होतो. माणसाचा संतोष-असंतोष हे सारं त्याच्या मनात असते. हरिहरेश्वराच्या एकांत मंदिरात केवळ अनामिक अशा परमेश्वराचा आधार घेऊन मी एकटासुद्धा राहिलो असतो. तिथे मी स्वत:चं जग निर्माण केले होते, नंतर कुलकर्णी आण्णांच्यामुळे मी मार्तंडला आलो. इथेही माझं जग मी निर्माण केलं. जगात भाषा बदलतात; पण सुरांची भाषा मात्र सर्वत्र एकच असते. म्हणून जिथे कोठे तू आणि मी असू, तिथे आपण स्वत:ची दुनिया निर्माण करू शकू.

''पण एक लक्षात ठेव, माणसाचं पोट कुठेही भरते. परंतु सुरांच्या दुनियेला मात्र रसिक लागतात. त्यातून ज्याला नवनिर्मितीचा शोध घ्यायचा आहे, त्याला तर रसिकांची फार गरज असते. लक्षात ठेव, तू आता एकटी नसशील व आता पराभूत पुरुषाची पत्नी नसशील. सुरांची वाट मला सापडली आहे. माझा हात धर आणि निर्भयपणानं सात पावलंच नव्हेत, तर उरलेलं सारं आयुष्य माझ्याबरोबर वाटचाल कर. खरं सांगतो, या सुरांच्या शोधात आपलं आयुष्य कसं जाईल, हेसुद्धा आपल्याला कळणार नाही. जेव्हा कधी मृत्यूची हाक येईल, तेव्हासुद्धा आसावरीचे सूर कानात घुमतील.''

सुरांच्या या वाटेवरचे ते मुसाफिर हातात हात घालून नव्या क्षितिजाच्या शोधासाठी निघाले होते.

-०-०-०-

www.ingramcontent.com/pod-product-compliance
Lightning Source LLC
Chambersburg PA
CBHW031207260626
47169CB00004B/1279